KINH THÁNH THUẦN CHAY CỦA CÔNG THỨC ĐẬU HỦ, SEITAN VÀ TEMPEH

100 công thức nấu ăn mới nhất từ khắp nơi trên thế giới để làm cho cuộc sống thuần chay và ăn chay của bạn trở nên phong phú hơn

Miên Yến

© Bản quyền 2022 - Bảo lưu mọi quyền.

Cuốn sách sau đây được sao chép dưới đây với mục tiêu cung cấp thông tin chính xác và đáng tin cậy nhất có thể. Bất chấp điều đó, việc mua Sách này có thể được coi là đồng ý với thực tế là cả nhà xuất bản và tác giả của cuốn sách này đều không phải là chuyên gia về các chủ đề được thảo luận bên trong và mọi đề xuất hoặc đề xuất được đưa ra ở đây chỉ nhằm mục đích giải trí. Các chuyên gia nên được tư vấn khi cần thiết trước khi thực hiện bất kỳ hành động nào được xác nhận ở đây.

Tuyên bố này được cả Hiệp hội luật sư Hoa Kỳ và Ủy ban Hiệp hội các nhà xuất bản coi là công bằng và hợp lệ và có tính ràng buộc pháp lý trên toàn Hoa Kỳ.

Ngoài ra, việc truyền tải, sao chép hoặc sao chép bất kỳ tác phẩm nào sau đây bao gồm cả thông tin cụ thể sẽ bị coi là hành vi bất hợp pháp bất kể việc đó được thực hiện bằng phương tiện điện tử hay bản in. Điều này mở rộng để tạo bản sao thứ hai hoặc thứ ba của tác phẩm hoặc bản sao được ghi lại và chỉ được phép khi có sự đồng ý rõ ràng bằng văn bản của Nhà xuất bản. Tất cả các quyền bổ sung được bảo lưu.

Thông tin trong các trang sau đây thường được coi là tài khoản trung thực và chính xác về các sự kiện và do đó, bất kỳ sự thiếu chú ý, sử dụng hoặc lạm dụng thông tin được đề cập nào của người đọc sẽ dẫn đến bất kỳ hành động nào chỉ thuộc phạm vi quản lý của họ. Không có trường hợp nào mà nhà xuất bản hoặc tác giả gốc của tác phẩm này có thể bị coi là chịu trách nhiệm pháp lý đối với bất kỳ khó khăn hoặc thiệt hại nào có thể xảy ra với họ sau khi thực hiện thông tin được mô tả ở đây.

Ngoài ra, thông tin trong các trang sau chỉ dành cho mục đích thông tin và do đó nên được coi là phổ biến. Để phù hợp với bản chất của nó, nó được trình bày mà không có sự đảm bảo về hiệu lực kéo dài hoặc chất lượng tạm thời của nó. Các nhãn hiệu được đề cập được thực hiện mà không có sự đồng ý bằng văn bản và không thể được coi là sự chứng thực từ chủ sở hữu nhãn hiệu.

sommario

GIỚI THIỆU 7

1. Đậu hủ sốt dầu hào 9
2. Đậu hũ chiên giòn 11
3. Đậu phụ lên men với cải bó xôi 13
4. Đậu hũ hầm 15
5. Mì Tàu Sốt Đậu Mè 17
6. Mì Quảng 19
7. Bún đậu sốt đậu 21
8. Đậu Hũ Nhồi Tôm 23
9. Đậu phụ rau củ Tứ Xuyên 25
10. Đậu hũ kho ba loại rau 27
11. Đậu hũ tam giác heo 29
12. Bánh kếp nam việt quất với xi-rô 31
13. Đậu Hũ Tráng Men 34

Đậu hũ kiểu Cajun 37

14. Đậu hủ chiên giòn sốt bạch hoa 39
15. Đậu hủ chiên mắm vàng 41
16. Đậu phụ tráng men cam và măng tây ..43
17. Pizzaiola đậu phụ 45
18. Đậu phụ "Ka-Pow" 47
19. Đậu phụ kiểu Sicily 49
20. Phở xào Thái 51
21. Đậu phụ nướng sơn màu Chipotle 53
22. Đậu Hũ Nướng Tráng Men 55
23. Đậu Hủ Cải Xoong 57
24. Đậu phụ hạt dẻ cười 59
25. Đậu phụ đảo Spice 61
26. Đậu hũ gừng sốt tương ớt 63
27. Đậu Hủ Sả Đậu Hà Lan 65

28. Đậu hũ mè xốt Tahini 67
29. Đậu hầm đậu nành 69
30. Cốt lết Soy-Tan Dream 71
31. Ổ bánh mì nhân thịt của tôi 73
32. Bánh mì nướng kiểu Pháp vị vani 75
33. Bữa sáng rắc mè-đậu nành 77
34. Nước sốt Aurora 78
35. Lasagna đậu phụ cổ điển 80
36. Lasagna củ cải đỏ và rau bina 82
37. Lasagna rau củ nướng 84
38. Lasagna với Radicchio và nấm 88
39. Lasagna Primavera 90
Lasagna đậu đen bí đỏ 94
40. Manicotti nhồi Chard 96
41. Chong chóng Lasagna 102
42. Ravioli bí ngô với đậu Hà Lan 104
43. Ravioli Atisô-Walnut 107
44. Tortellini sốt cam 110
45. Đậu hủ hầm rau củ 112
46. Pad Thái 115
47. Mỳ Ý say rượu với đậu phụ 118

NHIỆT ĐỘ 120

1. Mì Ý kiểu Carbonara 120
2. Tempeh và rau xào 122
3. Teriyaki Tempeh 124
4. Tempeh nướng 126
5. Cam-Bourbon Tempeh 128
6. Tempeh và Khoai lang 130
7. Creole Tempeh 132
8. Tempeh với chanh và bạch hoa 134

9.	Tempeh với Maple & Balsamic Glaze	136
10.	Tempeh Chili hấp dẫn	138
11.	Tempeh Cacciatore	140
12.	Tempeh Indonesia sốt dừa	142
13.	Tempeh gừng-đậu phộng	144
14.	Tempeh với khoai tây và bắp cải	146
15.	Hầm Succotash Nam Bộ	148
16.	Thị t hầm Jambalaya nướng	150
17.	Tempeh và bánh khoai lang	152
18.	Cà tím và mì ống nhồi Tempeh	154
19.	Mì Singapore Tempeh	156
20.	Thị t xông khói Tempeh	159
21.	Mì Ý và T-Balls	160
22.	Paglia E Fieno với Peas	163

SEITAN **165**

23.	Seitan luộc cơ bản	166
24.	Seitan nướng nhồi bông nướng	168
25.	Seitan Lẩu Nướng	170
26.	Bữa tối Lễ tạ ơn gần một món	172
27.	Seitan Milanese với Panko và chanh	175
28.	Seitan vỏ mè	176
29.	Seitan với atisô và ô liu	178
30.	Seitan sốt Ancho-Chipotle	180
31.	Seitan Piccata	182
32.	Seitan .... BA HẠT 184	
33.	Fajitas không biên giới	186
34.	Seitan với gia vị táo xanh	188
35.	Mì xào bông cải xanh và nấm hương	190
36.	Tờ rơi Seitan với đào	192

37.	Cơm tấm nướng và rau củ	194
38.	Seitan En Croute	196
39.	Seitan và Torta khoai tây	198
40.	Bánh căn mộc mạc	200
41.	Seitan với rau bina và cà chua	202
42.	Seitan và khoai tây vỏ sò	204
43.	Mì xào Hàn Quốc	206
44.	Ớt đậu đỏ cay	208
45.	Món hầm hỗn hợp mùa thu	210
46.	Cơm Ý Seitan	212
47.	Băm hai củ khoai tây	214
48.	Kem chua Seitan Enchiladas	216
49.	Cơm seitan nướng thuần chay	220
50.	Sandwich Seitan Cuba	223

KẾT LUẬN **226**

GIỚI THIỆU

Nếu bạn đang tìm cách kết hợp các nguồn protein của mình với các nguồn năng lượng từ thực vật, thì không đâu khác ngoài Đậu phụ như một lựa chọn ăn chay hoặc thuần chay dễ nấu. Đậu phụ dẻo, dễ nấu. Điều này là do nó có nhiều kết cấu khác nhau (tùy thuộc vào lượng nước được ép ra) và khá nhạt nhẽo. Bởi vì nó tương đối nhạt, nên nó hấp thụ tốt các hương vị khác mà không cạnh tranh với chúng.

Đậu phụ, còn được gọi là đậu phụ, là một loại thực phẩm được chế biến bằng cách làm đông sữa đậu nành rồi ép phần sữa đông này thành những khối đặc màu trắng có độ mềm khác nhau; nó có thể mượt mà, mềm mại, săn chắc, siêu săn chắc hoặc siêu săn chắc. Ngoài những loại rộng này, có nhiều loại đậu phụ. Nó có một hương vị tinh tế, vì vậy nó có thể được sử dụng trong các món ăn mặn và ngọt. Nó thường được nêm hoặc ướp để phù hợp với món ăn và hương vị của nó, và do kết cấu xốp nên nó hấp thụ hương vị tốt.

Nếu bạn chưa bao giờ làm việc với nó trước đây, nấu đậu phụ có thể khó khăn. Nhưng một khi bạn tìm hiểu một chút về nó, thì việc chuẩn bị đậu phụ ngon không thể dễ dàng hơn! Dưới đây, bạn sẽ tìm thấy các công thức nấu ăn ngon và dễ dàng nhất để nấu ăn như một chuyên gia!

Mẹo đơn giản để nấu đậu phụ:

- Hãy chắc chắn rằng bạn chọn đúng kết cấu. Trong các cửa hàng tạp hóa, nó có nhiều loại từ mềm đến cứng và siêu cứng. Đậu phụ lụa mềm sẽ là lựa chọn của tôi để trộn vào các món tráng miệng hoặc cắt thành lát cho vào súp miso, nhưng nếu bạn đang phục vụ nó như một món ăn chính hoặc phủ lên bát, thì loại đậu phụ cứng hơn là thứ bạn cần. Nó có kết cấu ngon hơn, đặc hơn và ít nước hơn các loại đậu phụ khác. Lưu ý: Tôi thích mua đậu phụ hữu cơ không có đậu nành biến đổi gen.

- Nhấn nó. Đậu phụ chứa rất nhiều nước và bạn sẽ muốn vắt bỏ phần lớn nước này, đặc biệt nếu bạn đang nướng, nướng hoặc chiên. Máy ép đậu phụ có sẵn trong các cửa hàng, nhưng không cần thiết phải có. Bạn có thể sử dụng một chồng sách, hoặc chỉ cần làm theo những gì tôi làm và dùng tay ấn nhẹ vào khăn bếp hoặc khăn giấy. (Chỉ cần đảm bảo không đẩy quá mạnh, nếu không nó sẽ vỡ vụn!)

- gia vị. Nó. Lên. Có một lý do khiến đậu phụ bị coi là nhạt nhẽo, và đó là bởi vì nó là như vậy! Hãy chắc chắn rằng bạn mùa nó tốt. Bạn có thể ướp hoặc chế biến theo công thức đậu phụ nướng giòn.

1. Đậu hủ sốt dầu hào

- 8 ounces đậu phụ
- 4 lạng nấm tươi 6 củ hành lá
- 3 cọng cần tây
- ớt đỏ hoặc xanh
- muỗng canh dầu thực vật 1/2 chén nước
- muỗng canh bột bắp
- muỗng canh dầu hào 4 muỗng cà phê sherry khô
- 4 muỗng cà phê nước tương

Cắt đậu phụ thành khối 1/2 inch. Làm sạch nấm và cắt thành lát. Cắt hành tây thành miếng 1 inch. Cắt cần tây thành lát chéo 1/2 inch. Loại bỏ hạt khỏi hạt tiêu và cắt hạt tiêu thành những miếng 1/2 inch.

Đun nóng 1 muỗng canh dầu trong chảo trên lửa lớn. Nấu đậu phụ trong dầu, khuấy nhẹ, cho đến khi có màu nâu nhạt, 3 phút. Lấy ra khỏi chảo.

Đun nóng 1 muỗng canh dầu còn lại trong chảo trên lửa lớn. Thêm nấm, hành tây, cần tây và hạt tiêu, Xào trong 1 phút.

Cho đậu phụ trở lại chảo. Quăng nhẹ để kết hợp. Trộn nước, bột bắp, dầu hào, rượu sherry và nước tương. Đổ hỗn hợp vào chảo. Nấu ăn và khuấy cho đến khi chất lỏng sôi. Nấu và khuấy lâu hơn 1 phút.

2. Đậu hũ chiên giòn

- 1 khối đậu phụ cứng
- ¼ chén bột bắp
- 4–5 chén dầu để chiên ngập dầu

  Xả đậu phụ và cắt thành khối. Áo khoác với bột ngô.

Thêm dầu vào chảo đã được làm nóng trước và đun nóng đến 350°F. Khi dầu nóng, thêm các miếng đậu phụ và chiên cho đến khi chúng chuyển sang màu vàng. Xả trên khăn giấy.

Năng suất 2¾ cốc
Món sinh tố thơm ngon và bổ dưỡng này là món ăn lý tưởng cho bữa sáng hoặc bữa ăn nhẹ buổi chiều. Để có thêm hương vị, hãy thêm các loại quả mọng theo mùa.

3. Đậu phụ lên men với rau bina

- 5 chén lá rau bina
- 4 khối đậu phụ lên men với ớt
- Một nhúm bột ngũ vị hương (ít hơn ⅛ muỗng cà phê)
- 2 muỗng canh dầu để xào
- 2 tép tỏi, băm nhỏ

Chần rau bina bằng cách nhúng nhanh lá vào nước sôi. Thoát nước kỹ lưỡng.

Nghiền nhỏ các viên đậu phụ đã lên men và trộn với bột ngũ vị hương.

Thêm dầu vào chảo hoặc chảo đã làm nóng trước. Khi dầu nóng, thêm tỏi và xào nhanh cho đến khi thơm. Thêm rau bina và xào trong 1–2 phút. Thêm đậu phụ nghiền vào giữa chảo và trộn với rau bina. Nấu qua và dùng nóng.

4. đậu phụ hầm

- 1 cân thịt bò
- 4 cái nấm khô
- 8 ounce đậu phụ ép
- 1 chén nước tương nhẹ
- ¼ chén nước tương đen
- ¼ chén rượu gạo Trung Quốc hoặc sherry khô
- 2 muỗng canh dầu để xào
- 2 lát gừng
- 2 tép tỏi, băm nhỏ
- 2 cốc nước
- 1 cây hồi

  Cắt thịt bò thành lát mỏng. Ngâm nấm khô trong nước nóng ít nhất 20 phút cho mềm. Vắt nhẹ để loại bỏ nước thừa và cắt miếng.

Cắt đậu phụ thành khối ½ inch. Kết hợp nước tương nhạt, nước tương đậm, rượu gạo Konjac, trắng và nâu và để sang một bên.

Thêm dầu vào chảo hoặc chảo đã làm nóng trước. Khi dầu nóng, thêm lát gừng và tỏi và xào nhanh cho đến khi dậy mùi thơm. Thêm thịt bò và nấu cho đến khi chín. Trước khi thịt bò nấu xong, thêm các viên đậu phụ và chiên sơ qua.

Thêm nước sốt và 2 chén nước. Thêm hoa hồi. Đun sôi, sau đó giảm nhiệt và đun nhỏ lửa. Sau 1 giờ, thêm nấm khô. Đun nhỏ lửa thêm 30 phút nữa hoặc cho đến khi chất lỏng cạn bớt. Nếu muốn, hãy loại bỏ hoa hồi trước khi ăn.

5. Mì Trung Quốc với nước sốt đậu phộng-mè

- 1 lb mì kiểu Trung Quốc
- 2 muỗng canh. dầu mè đen

CÁCH ĂN MẶC:

- 6 muỗng canh. bơ đậu phộng 1/4 chén nước
- 3 muỗng canh. nước tương nhạt 6 muỗng canh. nước tương đen
- 6 muỗng canh. tahini (bột mè)
- 1/2 chén dầu mè đen 2 muỗng canh. rượu sherry
- 4 muỗng cà phê. Giấm rượu gạo 1/4 chén mật ong
- 4 tép tỏi vừa, băm nhỏ
- 2 muỗng cà phê. gừng tươi băm nhỏ
- 2-3 muỗng canh. dầu ớt cay (hoặc lượng theo ý thích của riêng bạn) 1/2 chén nước nóng

Kết hợp các mảnh ớt đỏ nóng và dầu trong chảo trên lửa vừa. Đun sôi và tắt lửa ngay lập tức. Để nguội. Lọc trong hộp thủy tinh nhỏ có thể được niêm phong. Làm lạnh.

TRÌNH BÀY:
- 1 củ cà rốt, gọt vỏ
- 1/2 quả dưa chuột cứng vừa, gọt vỏ, bỏ hạt và thái sợi 1/2 chén đậu phộng rang, thái nhỏ
- 2 củ hành xanh, thái lát mỏng

Nấu mì trong một nồi nước sôi lớn trên lửa vừa. Nấu cho đến khi mềm và vẫn còn cứng. Để ráo nước ngay lập tức và rửa sạch bằng nước lạnh cho đến khi nguội. Để ráo nước và trộn mì với (2 muỗng canh) dầu mè đen để chúng không dính vào nhau.

ĐỂ LÀM QUẦN ÁO: kết hợp tất cả các thành phần trừ nước nóng trong máy xay sinh tố và xay cho đến khi mịn. Pha loãng với nước nóng để có độ đặc của kem tươi.

Để trang trí, gọt vỏ cà rốt thành những sợi nhỏ dài khoảng 4 inch. Cho vào nước đá trong 30 phút để cuộn tròn. Ngay trước khi ăn, rưới mì với nước sốt. Trang trí với dưa chuột, đậu phộng, hành lá và cà rốt. Ăn lạnh hoặc nhiệt độ phong.

6. mì tiếng phổ thông

- nấm khô Trung Quốc
- 1/2 pound mì tươi Trung Quốc 1/4 chén dầu đậu phộng
- muỗng canh nước sốt hoisin 1 muỗng canh nước sốt đậu
- muỗng canh Rượu gạo hoặc sherry khô 3 muỗng canh nước tương nhạt
- hoặc mật ong
- 1/2 chén nước ngâm nấm dành riêng 1 muỗng cà phê tương ớt
- 1 muỗng canh bột bắp
- 1/2 quả ớt chuông đỏ - ở dạng khối 1/2 inch
- 1/2 lon 8 ounce măng nguyên củ, cắt 1/2 khối vuông, rửa sạch và để ráo nước 2 chén giá đỗ
- hành lá -- thái lát mỏng

Ngâm nấm Trung Quốc trong 1 1/4 cốc nước nóng trong 30 phút. Trong khi ngâm, đun sôi 4 lít nước và nấu mì trong 3 phút. Để ráo nước và trộn với 1 muỗng canh dầu đậu phộng; để qua một bên.

Loại bỏ nấm; lọc và dự trữ 1/2 cốc chất lỏng ngâm cho nước sốt. Cắt bỏ phần cuống nấm; cắt nhỏ phần mũ và để sang một bên.

Kết hợp các thành phần cho nước sốt trong một bát nhỏ; để qua một bên. Hòa tan bột bắp trong 2 muỗng canh nước lạnh; để qua một bên.

Đặt chảo trên lửa vừa cao. Khi nó bắt đầu bốc khói, thêm 3 muỗng canh dầu đậu phộng còn lại, sau đó là nấm, ớt đỏ, măng và giá đỗ. Xào 2 phút.

Khuấy nước sốt và thêm vào chảo, tiếp tục xào cho đến khi hỗn hợp bắt đầu sôi, khoảng 30 giây.

Trộn bột bắp đã hòa tan và cho vào chảo. Tiếp tục khuấy cho đến khi nước sốt đặc lại, khoảng 1 phút. Thêm mì và quăng cho đến khi nóng qua, khoảng 2 phút.

Chuyển sang đĩa phục vụ và rắc hành lá thái lát. Phục vụ ngay lập tức

7. Đậu phụ với sốt đậu và mì

- 8 ounce mì tươi kiểu Bắc Kinh
- 1 khối đậu phụ cứng 12 ounce
- 3 cọng cải thìa lớn VÀ 2 củ hành lá
- ⅓ chén nước tương đen
- 2 muỗng canh sốt đậu đen
- 2 muỗng cà phê rượu gạo Trung Quốc hoặc sherry khô
- 2 muỗng cà phê giấm gạo đen
- ¼ muỗng cà phê muối
- ¼ muỗng cà phê tương ớt với tỏi
- 1 muỗng cà phê dầu ớt cay (trang 23)

- ¼ muỗng cà phê dầu mè
- ½ cốc nước
- 2 muỗng canh dầu để xào
- 2 lát gừng, băm nhỏ
- 2 tép tỏi, băm nhỏ
- ¼ củ hành tím, xắt nhỏ

Nấu mì trong nước sôi cho đến khi chúng mềm. Thoát nước kỹ lưỡng. Xả đậu phụ và cắt thành khối. Luộc cải ngọt bằng cách nhúng nhanh vào nước sôi và để ráo nước. Tách cuống và lá. Cắt hành lá theo đường chéo thành những lát dài 1 inch. Trộn đều nước tương sẫm màu, nước sốt đậu đen, rượu gạo Konjac, giấm gạo đen, muối, tương ớt với tỏi, dầu ớt nóng, dầu mè và nước. Để qua một bên.

Thêm dầu vào chảo hoặc chảo đã làm nóng trước. Khi dầu nóng, thêm gừng, tỏi và hành lá. Xào sơ qua cho dậy mùi thơm. Thêm hành tím và xào nhanh. Đẩy lên hai bên và thêm thân cây bok choy. Thêm lá và xào cho đến khi cải ngọt có màu xanh tươi và hành mềm. Nếu muốn, nêm với ¼ muỗng cà phê muối

Thêm nước sốt vào giữa chảo và đun sôi. Thêm đậu phụ. Đun nhỏ lửa trong vài phút để đậu phụ thấm nước sốt. Thêm mì. Trộn tất cả mọi thứ và phục vụ nóng.

8. Đậu Hũ Nhồi Tôm

- ½ pound đậu phụ cứng
- 2 lạng tôm nấu chín, bóc vỏ và bỏ chỉ
- ⅛ thìa muối
- Hương vị hạt tiêu
- ¼ muỗng cà phê bột bắp
- ½ chén nước luộc gà
- ½ muỗng cà phê rượu gạo Trung Quốc hoặc sherry khô
- ¼ cốc nước
- 2 muỗng canh dầu hào
- 2 muỗng canh dầu để xào
- 1 củ hành lá, cắt thành miếng 1 inch

  Để ráo nước đậu phụ. Rửa sạch tôm và thấm khô bằng khăn giấy. Ướp tôm với muối, tiêu, bột năng trong 15 phút.

Giữ dao song song với thớt, cắt đôi đậu phụ theo chiều dọc. Cắt mỗi nửa thành 2 hình tam giác, sau đó cắt mỗi hình tam giác thành 2 hình tam giác nữa. Bây giờ bạn sẽ có 8 hình tam giác.

Cắt một đường rạch dọc ở một bên của đậu phụ. Nhồi ¼–½ muỗng cà phê tôm vào khe.

Thêm dầu vào chảo hoặc chảo đã làm nóng trước. Khi dầu nóng, thêm đậu phụ. Nướng đậu phụ trong khoảng 3–4 phút, lật ít nhất một lần và đảm bảo đậu không dính vào đáy chảo. Nếu bạn còn thừa tôm, hãy thêm nó vào phút nấu cuối cùng.

Cho nước dùng gà, rượu gạo Konjac, nước và dầu hào vào giữa chảo. Đun sôi. Vặn nhỏ lửa, đậy nắp và đun nhỏ lửa trong 5–6 phút. Cho hành lá vào xào cùng. Phục vụ nóng.

9. Đậu phụ với rau Szechwan

- 7 ounce (2 khối) đậu phụ ép
- ¼ chén rau Szechwan được bảo quản
- ½ chén nước dùng gà hoặc nước dùng
- 1 muỗng cà phê rượu gạo Trung Quốc hoặc sherry khô
- ½ muỗng cà phê nước tương
- 4–5 chén dầu để chiên

Đun nóng ít nhất 4 chén dầu trong chảo đã làm nóng trước đến 350°F. Trong khi chờ dầu nóng, cắt đậu phụ đã ép thành khối vuông 1 inch. Cắt rau Szechwan thành khối. Kết hợp thịt gà và rượu gạo và đặt sang một bên.

Khi dầu nóng, thêm các khối đậu phụ và chiên cho đến khi chúng chuyển sang màu nâu nhạt. Lấy ra khỏi chảo bằng thìa có rãnh và đặt sang một bên.

Loại bỏ tất cả trừ 2 muỗng canh dầu ra khỏi chảo. Thêm rau Szechwan được bảo quản. Xào trong 1–2 phút, sau đó để y sang một bên chảo. Thêm hỗn hợp nước dùng gà vào giữa chảo và đun sôi. Trộn nước tương. Thêm đậu phụ ép. Trộn tất cả mọi thứ lại với nhau, đun nhỏ lửa trong vài phút và dùng nóng.

10. Đậu phụ kho ba loại rau

- 4 cái nấm khô
- ¼ chén nước ngâm nấm dành riêng
- ⅔ chén nấm tươi
- ½ chén nước luộc gà
- 1½ muỗng canh dầu hào
- 1 muỗng cà phê rượu gạo Trung Quốc hoặc sherry khô
- 2 muỗng canh dầu để xào
- 1 tép tỏi, băm nhỏ
- 1 chén cà rốt non, giảm một nửa

- 2 muỗng cà phê bột bắp hòa với 4 muỗng cà phê nước
- ¾ pound đậu phụ ép, cắt thành khối ½ inch

Ngâm nấm khô trong nước nóng ít nhất 20 phút. Dự trữ ¼ cốc chất lỏng ngâm. Thái lát nấm khô và tươi. Kết hợp chất lỏng nấm dành riêng, nước dùng gà, dầu hào và rượu gạo Konjac. Để qua một bên.

Thêm dầu vào chảo hoặc chảo đã làm nóng trước. Khi dầu nóng, thêm tỏi và xào nhanh cho đến khi thơm. Thêm cà rốt. Xào khoảng 1 phút thì cho nấm vào xào cùng.

Thêm nước sốt và đun sôi. Khuấy đều hỗn hợp bột ngô và nước rồi thêm vào nước sốt, khuấy nhanh cho đặc lại.

Thêm khối đậu phụ. Trộn tất cả mọi thứ lại với nhau, giảm nhiệt và đun nhỏ lửa trong 5–6 phút. Phục vụ nóng.

11. Đậu hũ tam giác heo

- ½ pound đậu phụ cứng
- ¼ pound thịt lợn xay
- ⅛ thìa muối
- Hương vị hạt tiêu
- ½ muỗng cà phê rượu gạo Trung Quốc hoặc sherry khô
- ½ chén nước luộc gà

- ¼ cốc nước
- 2 muỗng canh dầu hào
- 2 muỗng canh dầu để xào
- 1 củ hành lá, cắt thành miếng 1 inch

Để ráo nước đậu phụ. Đặt thịt lợn xay vào một bát vừa. Thêm muối, hạt tiêu và rượu gạo Konjac. Ướp thịt heo trong 15 phút.

Giữ dao song song với thớt, cắt đôi đậu phụ theo chiều dọc. Cắt mỗi nửa thành 2 hình tam giác, sau đó cắt mỗi hình tam giác thành 2 hình tam giác nữa. Bây giờ bạn sẽ có 8 hình tam giác.

Cắt một đường rạch dọc theo một trong các cạnh của mỗi hình tam giác đậu phụ. Nhồi một đống ¼ muỗng cà phê thịt lợn xay vào khe.

Thêm dầu vào chảo hoặc chảo đã làm nóng trước. Khi dầu nóng, thêm đậu phụ. Nếu bạn có thịt lợn xay còn sót lại, hãy thêm nó vào. Nướng đậu phụ trong khoảng 3–4 phút, lật ít nhất một lần và đảm bảo đậu không dính vào đáy chảo.

Cho nước dùng gà, nước và dầu hào vào giữa chảo. Đun sôi. Vặn nhỏ lửa, đậy nắp và đun nhỏ lửa trong 5–6 phút. Cho hành lá vào xào cùng. Phục vụ nóng.

12. Bánh kếp nam việt quất với xi-rô

Làm từ 4 đến 6 phần ăn

1 cốc nước sôi
$^1/_2$ chén quả nam việt quất khô có đường
$^1/_2$ chén xi-rô phong
$^1/_4$ cốc nước cam tươi
$^1/_4$ chén cam xắt nhỏ
1 muỗng canh bơ thực vật thuần chay
1 $^1/_2$ chén bột mì đa dụng
1 muỗng canh đường
1 muỗng canh bột nở

¹/₂ muỗng cà phê muối
1 ¹/₂ cốc sữa đậu nành
¹/₄ chén đậu hũ mềm, để ráo nước
1 muỗng canh dầu hạt cải hoặc dầu hạt nho, cộng với nhiều hơn để chiên

Trong một cái bát cách nhiệt, đổ nước sôi lên quả nam việt quất và đặt sang một bên để làm mềm, khoảng 10 phút. Thoát nước tốt và đặt sang một bên.

Trong một cái chảo nhỏ, kết hợp xi-rô cây phong, nước cam, cam và bơ thực vật và đun nóng trên lửa nhỏ, khuấy đều để làm tan chảy bơ thực vật. Giữ ấm. Làm nóng lò ở nhiệt độ 225°F.

Trong một bát lớn, kết hợp bột mì, đường, bột nở và muối và đặt sang một bên.

Trong một bộ xử lý thực phẩm hoặc máy xay sinh tố, kết hợp sữa đậu nành, đậu phụ và dầu cho đến khi trộn đều.

Đổ nguyên liệu ướt vào nguyên liệu khô và trộn nhanh bằng một vài nhát. Gấp trong quả nam việt quất mềm.

Trên vỉ nướng hoặc chảo lớn, đun nóng một lớp dầu mỏng trên lửa vừa và cao. Múc ¹/₄ cốc đến ¹/₃ cốc

của bột lên vỉ nướng nóng. Nấu cho đến khi bong bóng nhỏ xuất hiện trên đỉnh, 2 đến 3 phút. Lật bánh và nấu cho đến khi mặt thứ hai có màu nâu, lâu hơn khoảng 2 phút. Chuyển bánh kếp đã nấu chín sang đĩa cách nhiệt và giữ ấm trong lò trong khi nấu phần còn lại. Phục vụ với xi-rô cam-maple.

13. đậu phụ tráng men

Làm cho 4 phần ăn

- 1 pound đậu phụ siêu cứng, để ráo nước, cắt thành lát $1/$ inch và ép
- $1/4$ chén dầu mè nướng
- $1/4$ chén giấm gạo
- 2 muỗng cà phê đường

Thấm khô đậu phụ và xếp vào đĩa nướng 9 x 13 inch và đặt sang một bên.

Trong một cái chảo nhỏ, kết hợp nước tương, dầu, giấm và đường và đun sôi. Đổ nước xốt nóng lên đậu phụ và để ướp trong 30 phút, lật một lần.

Làm nóng lò ở 350 ° F. Nướng đậu phụ trong 30 phút, quay một nửa chừng. Phục vụ ngay lập tức hoặc để nguội đến nhiệt độ phòng, sau đó đậy nắp và làm lạnh cho đến khi cần

Đậu phụ kiểu Cajun

Làm cho 4 phần ăn

- 1 pound đậu phụ cứng, để ráo nước và vỗ khô
- Muối ăn
- 1 muỗng canh cộng với 1 muỗng cà phê gia vị Cajun
- 2 muỗng canh dầu ô liu
- $1/4$ chén ớt chuông xanh băm nhỏ
- 1 muỗng canh cần tây băm nhỏ
- 2 muỗng canh hành lá băm nhỏ

- 2 tép tỏi, băm nhỏ
- 1 (14,5-ounce) lon cà chua thái hạt lựu, để ráo nước
- 1 muỗng canh nước tương
- 1 muỗng canh mùi tây tươi băm nhỏ

Cắt đậu phụ thành lát dày $1/$ inch và rắc cả hai mặt với muối và 1 muỗng canh gia vị Cajun. Để qua một bên.

Trong một cái chảo nhỏ, đun nóng 1 muỗng canh dầu trên lửa vừa. Thêm ớt chuông và cần tây. Đậy nắp và nấu trong 5 phút. Thêm hành lá và tỏi và nấu, không đậy nắp, lâu hơn 1 phút. Khuấy cà chua, nước tương, rau mùi tây, 1 muỗng cà phê hỗn hợp gia vị Cajun còn lại và muối cho vừa ăn. Đun nhỏ lửa trong 10 phút để trộn các hương vị và đặt sang một bên.

Trong một cái chảo lớn, đun nóng 1 muỗng canh dầu còn lại trên lửa vừa và cao. Thêm đậu phụ và nấu cho đến khi chín vàng cả hai mặt, khoảng 10 phút. Thêm nước sốt và đun nhỏ lửa trong 5 phút. Phục vụ ngay lập tức.

14. Đậu phụ chiên giòn với sốt Caper cay

Làm cho 4 phần ăn

- 1 pound đậu phụ siêu cứng, để ráo nước, cắt thành [1]/lát 4 inch và ép
- Muối và hạt tiêu đen mới xay
- 2 muỗng canh dầu ô liu, cộng thêm nếu cần
- 1 củ hẹ vừa, băm nhỏ
- 2 muỗng canh nụ bạch hoa
- 3 muỗng canh mùi tây tươi băm nhỏ
- 2 muỗng canh bơ thực vật thuần chay
- Nước cốt của 1 quả chanh

Làm nóng lò ở nhiệt độ 275°F. Thấm khô đậu phụ và nêm muối, hạt tiêu cho vừa ăn. Đặt bột ngô vào một cái bát nông. Nhúng đậu phụ vào bột bắp, phủ đều các mặt.

Trong một cái chảo lớn, đun nóng 2 muỗng canh dầu trên lửa vừa. Thêm đậu phụ, theo mẻ nếu cần và nấu cho đến khi vàng nâu cả hai mặt, khoảng 4 phút mỗi mặt. Chuyển đậu phụ đã chiên vào đĩa cách nhiệt và giữ ấm trong lò.

Trong cùng một chảo, đun nóng 1 muỗng canh dầu còn lại trên lửa vừa. Thêm hẹ và nấu cho đến khi mềm, khoảng 3 phút. Thêm nụ bạch hoa và rau mùi tây và nấu trong 30 giây, sau đó khuấy bơ thực vật, nước cốt chanh, muối và hạt tiêu cho vừa ăn, khuấy đều để tan chảy và kết hợp bơ thực vật. Rưới nước sốt bạch hoa lên trên đậu phụ và dùng ngay.

15. Đậu hủ chiên nước sốt vàng

Làm cho 4 phần ăn

- 1 pound đậu phụ siêu cứng, để ráo nước, cắt thành lát $1/$inch và ép
- Muối và hạt tiêu đen mới xay
- $1/3$ chén bột bắp
- 2 muỗng canh dầu ô liu
- 1 củ hành vàng ngọt vừa, xắt nhỏ
- 2 muỗng canh bột mì đa dụng
- 1 muỗng cà phê cỏ xạ hương khô
- $1/8$ muỗng cà phê bột nghệ
- 1 chén nước dùng rau, tự làm (xem Nước dùng rau nhẹ) hoặc mua ở cửa hàng
- 1 muỗng canh nước tương

- 1 chén đậu xanh nấu chín hoặc đóng hộp, để ráo nước và rửa sạch
- 2 muỗng canh mùi tây tươi băm nhỏ, để trang trí

Thấm khô đậu phụ và nêm muối và hạt tiêu cho vừa ăn. Đặt bột ngô vào một cái bát nông. Nhúng đậu phụ vào bột bắp, phủ đều các mặt. Làm nóng lò ở 250°F.

Trong một cái chảo lớn, đun nóng 2 muỗng canh dầu trên lửa vừa. Thêm đậu phụ, theo mẻ nếu cần và nấu cho đến khi vàng nâu cả hai mặt, khoảng 10 phút. Chuyển đậu phụ đã chiên vào đĩa cách nhiệt và giữ ấm trong lò.

Trong cùng một chảo, đun nóng 1 muỗng canh dầu còn lại trên lửa vừa. Thêm hành tây, đậy nắp và nấu cho đến khi mềm, 5 phút. Khám phá và giảm nhiệt xuống thấp. Khuấy bột mì, cỏ xạ hương và bột nghệ và nấu trong 1 phút, khuấy liên tục. Từ từ cho nước dùng vào, sau đó cho sữa đậu nành và nước tương. Thêm đậu xanh và nêm muối và hạt tiêu cho vừa ăn. Tiếp tục nấu, khuấy thường xuyên, trong 2 phút. Chuyển sang máy xay sinh tố và chế biến cho đến khi mịn và kem. Quay trở lại chảo và đun cho đến khi nóng, thêm một ít nước dùng nếu nước sốt quá đặc. Múc nước sốt lên đậu phụ và rắc mùi tây. Phục vụ ngay lập tức.

16. Đậu phụ tráng men cam và măng tây

Làm cho 4 phần ăn

- 2 muỗng canh mirin
- 1 muỗng canh bột bắp
- 1 (16-ounce) gói đậu phụ siêu cứng, để ráo nước và cắt thành dải $1/4$ inch
- 2 muỗng canh nước tương
- 1 muỗng cà phê dầu mè nướng
- 1 muỗng cà phê đường
- $1/4$ muỗng cà phê tương ớt châu Á
- 2 muỗng canh dầu canola hoặc dầu hạt nho
- 1 tép tỏi, băm nhỏ
- $1/2$ muỗng cà phê gừng tươi băm nhỏ
- Măng tây mỏng 5 ounces, tỉa các đầu cứng và cắt thành các miếng $1/2$ inch

Trong một bát nông, kết hợp rượu mirin và bột ngô và trộn đều. Thêm đậu phụ và quăng nhẹ nhàng để áo khoác. Đặt sang một bên để ướp trong 30 phút.

Trong một bát nhỏ, kết hợp nước cam, nước tương, dầu mè, đường và tương ớt. Để qua một bên.

Trong chảo hoặc chảo lớn, đun nóng dầu canola trên lửa vừa. Thêm tỏi và gừng và xào cho đến khi có mùi thơm, khoảng 30 giây. Thêm đậu phụ đã ướp và măng tây vào xào cho đến khi đậu phụ có màu vàng nâu và măng tây vừa mềm, khoảng 5 phút. Khuấy nước sốt và nấu thêm khoảng 2 phút nữa. Phục vụ ngay lập tức.

17. Pizzaiola đậu phụ

Làm cho 4 phần ăn

- 2 muỗng canh dầu ô liu
- 1 (16-ounce) gói đậu phụ siêu cứng, để ráo nước, cắt thành lát $1/$inch và ép (xem Nước dùng rau nhạt)
- Muối ăn
- 3 tép tỏi, băm nhỏ
- 1 (14,5-ounce) lon cà chua thái hạt lựu, để ráo nước
- $1/4$ chén cà chua khô ngâm dầu, cắt thành dải $1/4$ inch
- 1 muỗng canh nụ bạch hoa
- 1 muỗng cà phê oregano khô
- $1/2$ muỗng cà phê đường
- Hạt tiêu vừa mới nghiền

- 2 muỗng canh mùi tây tươi băm nhỏ, để trang trí

Làm nóng lò ở nhiệt độ 275°F. Trong một cái chảo lớn, đun nóng 1 muỗng canh dầu trên lửa vừa. Thêm đậu phụ và nấu cho đến khi vàng nâu cả hai mặt, lật một lần, khoảng 5 phút mỗi mặt. Rắc đậu phụ với muối cho vừa ăn. Chuyển đậu phụ đã chiên vào đĩa cách nhiệt và giữ ấm trong lò.

Trong cùng một chảo, đun nóng 1 muỗng canh dầu còn lại trên lửa vừa. Thêm tỏi và nấu cho đến khi mềm, khoảng 1 phút. Đừng nâu. Khuấy cà chua thái hạt lựu, cà chua khô, ô liu và nụ bạch hoa. Thêm lá oregano, đường, muối và hạt tiêu cho vừa ăn. Đun nhỏ lửa cho đến khi nước sốt nóng và các hương vị hòa quyện vào nhau, khoảng 10 phút. Rắc nước sốt lên trên các lát đậu phụ chiên và rắc rau mùi tây. Phục vụ ngay lập tức.

18. Đậu phụ "Ka-Pow"

Làm cho 4 phần ăn

- 1 pound đậu phụ siêu cứng, để ráo nước, vỗ khô và cắt thành khối 1 inch
- Muối ăn
- 2 muỗng canh bột bắp
- 2 muỗng canh nước tương
- 1 muỗng canh dầu hào chay

- 2 muỗng cà phê Nothin' Fishy Nam Pla hoặc 1 muỗng cà phê giấm gạo
- 1 muỗng cà phê đường nâu nhạt
- $1/2$ muỗng cà phê ớt đỏ nghiền
- 2 muỗng canh dầu canola hoặc dầu hạt nho
- 1 củ hành vàng ngọt vừa, giảm một nửa và cắt thành lát $1/2$ inch
- ớt chuông đỏ vừa, cắt thành $1/4$ inch lát
- hành lá, xắt nhỏ
- $1/2$ chén lá húng quế Thái

Trong một bát vừa, kết hợp đậu phụ, muối cho vừa ăn và bột ngô. Quăng áo khoác và đặt sang một bên.

Trong một bát nhỏ, kết hợp nước tương, dầu hào, nam pla, đường và ớt đỏ nghiền. Khuấy đều để kết hợp và đặt sang một bên.

Trong một cái chảo lớn, đun nóng 1 muỗng canh dầu trên lửa vừa và cao. Thêm đậu phụ và nấu cho đến khi vàng nâu, khoảng 8 phút. Lấy ra khỏi chảo và đặt sang một bên.

Trong cùng một chảo, đun nóng 1 muỗng canh dầu còn lại trên lửa vừa. Thêm hành tây và ớt chuông và xào cho đến khi mềm, khoảng 5 phút. Thêm hành lá và nấu thêm 1 phút nữa. Cho đậu hũ chiên, nước sốt và húng quế vào xào cho đến khi nóng, khoảng 3 phút. Phục vụ ngay lập tức.

19. Đậu phụ kiểu Sicily

Làm cho 4 phần ăn

- 2 muỗng canh dầu ô liu
- 1 pound đậu phụ siêu cứng, để ráo nước, cắt thành $1/4$ inch, ép muối và tiêu đen mới xay
- 1 củ hành vàng nhỏ, xắt nhỏ
- 2 tép tỏi, băm nhỏ
- 1 (28-ounce) lon cà chua thái hạt lựu, để ráo nước
- $1/4$ chén rượu trắng khô
- $1/4$ muỗng cà phê ớt đỏ nghiền
- $1/3$ chén ô liu Kalamata rỗ
- 1 muỗng canh nụ bạch hoa
- 2 muỗng canh húng quế tươi xắt nhỏ hoặc 1 muỗng cà phê khô (tùy chọn)

Làm nóng lò ở 250°F. Trong một cái chảo lớn, đun nóng 1 muỗng canh dầu trên lửa vừa. Thêm đậu phụ, theo mẻ nếu cần và nấu cho đến khi vàng nâu cả hai mặt, 5 phút mỗi mặt. Nêm muối và hạt tiêu đen cho vừa ăn. Chuyển đậu phụ đã nấu chín sang đĩa cách nhiệt và giữ ấm trong lò trong khi bạn chuẩn bị nước sốt.

Trong cùng một chảo, đun nóng 1 muỗng canh dầu còn lại trên lửa vừa. Thêm hành tây và tỏi, đậy nắp và nấu cho đến khi hành tây mềm, 10 phút. Thêm cà chua, rượu vang và ớt đỏ nghiền. Đun sôi, sau đó giảm nhiệt xuống thấp và đun nhỏ lửa, không đậy nắp, trong 15 phút. Khuấy trong ô liu và nụ bạch hoa. Nấu thêm 2 phút nữa.

Xếp đậu phụ ra đĩa hoặc từng đĩa riêng. Múc nước sốt lên trên. Rắc húng quế tươi, nếu sử dụng. Phục vụ ngay lập tức.

20. Phở xào kiểu Thái

Làm cho 4 phần ăn

- 1 pound đậu phụ siêu cứng, để ráo nước và vỗ nhẹ
- 2 muỗng canh dầu canola hoặc dầu hạt nho
- hẹ vừa, giảm một nửa theo chiều dọc và cắt thành lát $1/8$ inch
- 2 tép tỏi, băm nhỏ
- 2 muỗng cà phê gừng tươi nạo
- 3 ounce mũ nấm trắng, rửa nhẹ, vỗ khô và cắt thành lát $1/2$ inch
- 1 muỗng canh bơ đậu phộng kem
- 2 muỗng cà phê đường nâu nhạt
- 1 muỗng cà phê tương ớt châu Á

- 2 muỗng canh nước tương
- 1 muỗng canh mirin
- 1 (13,5-ounce) lon nước cốt dừa không đường
- 6 ounces rau bina tươi xắt nhỏ
- 1 muỗng canh dầu mè nướng
- Cơm hoặc mì mới nấu, để phục vụ
- 2 muỗng canh húng quế Thái tươi hoặc rau mùi thái nhỏ
- 2 muỗng canh đậu phộng rang không muối giã nhỏ
- 2 muỗng cà phê gừng kết tinh băm nhỏ (tùy chọn)

Cắt đậu phụ thành xúc xắc ½ inch và đặt sang một bên. Trong một chảo lớn, đun nóng 1 muỗng canh dầu trên nhiệt độ trung bình cao. Thêm đậu phụ và xào cho đến khi vàng nâu, khoảng 7 phút. Lấy đậu phụ ra khỏi chảo và đặt sang một bên.

Trong cùng một chảo, đun nóng 1 muỗng canh dầu còn lại trên lửa vừa. Thêm hẹ tây, tỏi, gừng và nấm vào xào cho đến khi mềm, khoảng 4 phút.

Khuấy bơ đậu phộng, đường, tương ớt, nước tương và rượu mirin. Khuấy nước cốt dừa và trộn cho đến khi trộn đều. Thêm đậu phụ chiên và rau bina và đun nhỏ lửa. Giảm nhiệt xuống mức trung bình thấp và đun nhỏ lửa, thỉnh thoảng khuấy, cho đến khi rau bina héo và các hương vị hòa quyện vào nhau, từ 5 đến 7 phút. Khuấy dầu mè và đun nhỏ lửa trong một phút nữa. Để phục vụ, hãy múc hỗn hợp đậu phụ lên cơm hoặc mì mà bạn chọn và rắc dừa, húng quế, đậu phộng và gừng kết tinh lên trên nếu dùng. Phục vụ ngay lập tức.

21. Đậu phụ nướng sơn Chipotle

Làm cho 4 phần ăn

- 2 muỗng canh nước tương
- 2 ớt chipotle đóng hộp trong adobo
- 1 muỗng canh dầu ô liu
- 1 pound đậu phụ siêu cứng, để ráo nước, cắt thành lát dày $1/$ inch và ép (xem Nước dùng rau nhạt)

Làm nóng lò ở nhiệt độ 375°F. Thoa dầu nhẹ vào chảo nướng 9 x 13 inch và đặt sang một bên.

Trong máy xay thực phẩm, kết hợp nước tương, khoai tây chiên và dầu rồi chế biến cho đến khi hòa quyện. Cạo hỗn hợp chipotle vào một cái bát nhỏ.

Phết hỗn hợp chipotle lên cả hai mặt của các lát đậu phụ và xếp chúng thành một lớp duy nhất trong chảo đã chuẩn bị. Nướng cho đến khi nóng, khoảng 20 phút. Phục vụ ngay lập tức.

22. Đậu Hũ Nướng Tráng Men

Làm cho 4 phần ăn

- 1 pound đậu phụ cứng, để ráo nước và vỗ khô
- Muối và hạt tiêu đen mới xay
- 2 muỗng canh dầu ô liu
- 2 củ hẹ vừa, băm nhỏ
- 2 tép tỏi, băm nhỏ
- 2 quả cà chua chín, xắt nhỏ
- 2 muỗng canh sốt cà chua
- $^1/_4$ cốc nước
- 2 muỗng canh mù tạt Dijon
- 1 muỗng canh đường nâu đậm
- 2 muỗng canh mật hoa agave
- 2 muỗng canh me cô đặc
- 1 muỗng canh mật đường đen
- $^1/_2$ muỗng cà phê cayenne xay

- 1 muỗng canh ớt bột hun khói
- 1 muỗng canh nước tương

Cắt đậu phụ thành lát 1 inch, nêm muối và hạt tiêu cho vừa ăn, và đặt sang một bên trong chảo nướng nông.

Trong một cái chảo lớn, đun nóng dầu trên lửa vừa. Thêm hẹ và tỏi và xào trong 2 phút. Thêm tất cả các thành phần còn lại, ngoại trừ đậu phụ. Giảm nhiệt xuống thấp và đun nhỏ lửa trong 15 phút. Chuyển hỗn hợp vào máy xay sinh tố hoặc máy xay thực phẩm và trộn cho đến khi mịn. Quay trở lại chảo và nấu thêm 15 phút nữa, sau đó đặt sang một bên để nguội. Đổ nước sốt lên đậu phụ và để trong tủ lạnh ít nhất 2 giờ. Làm nóng lò nướng hoặc gà thịt.

Nướng đậu phụ đã ướp, lật một lần để làm nóng đều và có màu nâu đẹp mắt ở cả hai mặt. Trong khi đậu phụ đang nướng, hâm nóng nước sốt trong chảo. Lấy đậu phụ ra khỏi vỉ nướng, phết sốt me lên từng mặt và dùng ngay.

23. Đậu phụ nhồi cải xoong

Làm cho 4 phần ăn

- 1 pound đậu phụ siêu cứng, để ráo nước, cắt thành lát ¾ inch và ép (xem Nước dùng rau nhẹ)
- Muối và hạt tiêu đen mới xay
- 1 bó cải xoong nhỏ, loại bỏ thân cứng và thái nhỏ
- 2 quả cà chua mận chín, xắt nhỏ
- ½ chén hành lá băm nhỏ
- 2 muỗng canh mùi tây tươi băm nhỏ
- 2 muỗng canh húng quế tươi băm nhỏ
- 1 muỗng cà phê tỏi băm
- 2 muỗng canh dầu ô liu
- 1 muỗng canh giấm balsamic
- véo đường
- ½ chén bột mì đa dụng

- ¹/₂ cốc nước
- 1 ¹/₂ chén vụn bánh mì khô không tẩm gia vị

Cắt một túi sâu dài ở bên cạnh mỗi lát đậu phụ và đặt đậu phụ lên khay nướng. Nêm muối và hạt tiêu cho vừa ăn rồi để sang một bên.

Trong một bát lớn, kết hợp cải xoong, cà chua, hành lá, rau mùi tây, húng quế, tỏi, 2 muỗng canh dầu, giấm, đường, muối và hạt tiêu cho vừa ăn. Trộn cho đến khi kết hợp tốt, sau đó cẩn thận nhét hỗn hợp vào túi đậu phụ.

Đặt bột vào một cái bát nông. Đổ nước vào một bát nông riêng biệt. Đặt vụn bánh mì lên đĩa lớn. Nhúng đậu phụ vào bột mì, sau đó nhúng kỹ vào nước rồi lăn qua vụn bánh mì, phủ kỹ.

Trong một chảo lớn, đun nóng 2 muỗng canh dầu còn lại trên lửa vừa. Thêm đậu phụ nhồi vào chảo và nấu cho đến khi vàng nâu, lật một lần, 4 đến 5 phút mỗi bên. Phục vụ ngay lập tức.

24. Đậu hũ hạt dẻ cười

Làm cho 4 phần ăn

- 1 pound đậu phụ siêu cứng, để ráo nước, cắt thành lát ¹/inch và ép (xem Nước dùng rau nhạt)
- Muối và hạt tiêu đen mới xay
- 2 muỗng canh dầu ô liu
- ¹/₂ cốc nước ép lựu
- 1 muỗng canh giấm balsamic
- 1 muỗng canh đường nâu nhạt
- 2 củ hành xanh, băm nhỏ
- ¹/₂ chén quả hồ trăn bóc vỏ không ướp muối, xắt nhỏ

- Nêm đậu phụ với muối và hạt tiêu cho vừa ăn.

Trong một cái chảo lớn, đun nóng dầu trên lửa vừa. Thêm từng miếng đậu phụ nếu cần và nấu cho đến khi có màu nâu nhạt, khoảng 4 phút mỗi mặt. Lấy ra khỏi chảo và đặt sang một bên.

Trong cùng một chảo, thêm nước ép lựu, giấm, đường và hành lá và đun trên lửa vừa trong 5 phút. Thêm một nửa số hạt dẻ cười và nấu cho đến khi nước sốt hơi đặc lại, khoảng 5 phút.

Cho đậu phụ đã chiên trở lại chảo và nấu cho đến khi nóng, khoảng 5 phút, rưới nước sốt lên đậu phụ khi nước sôi. Phục vụ ngay lập tức, rắc quả hồ trăn còn lại.

25. Đậu hũ đảo gia vị

Làm cho 4 phần ăn

- $1/2$ chén bột bắp
- $1/2$ thìa cà phê húng tây tươi băm nhỏ hoặc $1/4$ thìa cà phê khô
- $1/2$ thìa cà phê kinh giới tươi băm nhỏ hoặc $1/4$ thìa cà phê khô
- $1/2$ muỗng cà phê muối
- $1/4$ muỗng cà phê cayenne xay
- $1/4$ muỗng cà phê ớt bột ngọt hoặc hun khói
- $1/4$ thìa cà phê đường nâu nhạt
- $1/8$ thìa cà phê hạt tiêu xay
- 1 pound đậu phụ siêu cứng, để ráo nước và cắt thành dải $1/2$ inch
- 2 muỗng canh dầu canola hoặc dầu hạt nho
- 1 quả ớt chuông đỏ vừa, cắt thành $1/$ dải $_4$ inch
- 2 củ hành xanh, xắt nhỏ
- 1 tép tỏi, băm nhỏ
- 1 jalapeño, bỏ hạt và băm nhỏ

- 2 quả cà chua mận chín, bỏ hạt và thái nhỏ
- 1 chén dứa tươi hoặc đóng hộp xắt nhỏ
- 2 muỗng canh nước tương
- ¹/₄ cốc nước
- 2 muỗng cà phê nước cốt chanh tươi
- 1 muỗng canh mùi tây tươi băm nhỏ, để trang trí

Trong một cái bát nông, kết hợp bột ngô, cỏ xạ hương, kinh giới, muối, ớt cayenne, ớt bột, đường và hạt tiêu. Trộn đều. Nhúng đậu hũ vào hỗn hợp gia vị, phủ đều các mặt. Làm nóng lò ở 250° F.

Trong một cái chảo lớn, đun nóng 2 muỗng canh dầu trên lửa vừa. Thêm đậu phụ đã nạo vét, theo mẻ nếu cần và nấu cho đến khi có màu vàng nâu, khoảng 4 phút mỗi mặt. Chuyển đậu phụ đã chiên vào đĩa cách nhiệt và giữ ấm trong lò.

Trong cùng một chảo, đun nóng 1 muỗng canh dầu còn lại trên lửa vừa. Thêm ớt chuông, hành lá, tỏi và ớt jalapeño. Đậy nắp và nấu, thỉnh thoảng khuấy, cho đến khi mềm, khoảng 10 phút. Thêm cà chua, dứa, nước tương, nước và nước cốt chanh và đun nhỏ lửa cho đến khi hỗn hợp nóng và hương vị hòa quyện, khoảng 5 phút. Thìa hỗn hợp rau trên đậu hũ chiên. Rắc rau mùi tây băm nhỏ và phục vụ ngay lập tức.

26. Đậu hũ gừng với nước sốt Citrus-Hoisin

Làm cho 4 phần ăn

- 1 pound đậu phụ siêu cứng, để ráo nước, vỗ cho khô và cắt thành khối $1/2$ inch
- 2 muỗng canh nước tương
- 2 muỗng canh cộng với 1 muỗng cà phê bột bắp
- 1 muỗng canh cộng với 1 muỗng cà phê dầu cải hoặc dầu hạt nho
- 1 muỗng cà phê dầu mè nướng
- 2 muỗng cà phê gừng tươi nạo
- hành lá, băm nhỏ
- $1/3$ chén sốt hoisin
- $1/2$ cốc nước dùng rau củ, tự làm (xem Nước dùng rau củ nhẹ) hoặc mua ở cửa hàng
- $1/4$ cốc nước cam tươi
- $1 \ 1/2$ muỗng canh nước cốt chanh tươi

- 1 ½ muỗng canh nước cốt chanh tươi
- Muối và hạt tiêu đen mới xay

Đặt đậu phụ vào một cái bát cạn. Thêm nước tương và trộn đều, sau đó rắc 2 muỗng canh bột bắp và trộn đều.

Trong một cái chảo lớn, đun nóng 1 muỗng canh dầu hạt cải trên lửa vừa. Thêm đậu phụ và nấu cho đến khi vàng nâu, thỉnh thoảng trở, khoảng 10 phút. Lấy đậu phụ ra khỏi chảo và đặt sang một bên.

Trong cùng một chảo, đun nóng 1 muỗng cà phê dầu hạt cải còn lại và dầu mè trên lửa vừa. Thêm gừng và hành lá và nấu cho đến khi có mùi thơm, khoảng 1 phút. Khuấy sốt hoisin, nước dùng và nước cam rồi đun nhỏ lửa. Nấu cho đến khi chất lỏng giảm nhẹ và hương vị có cơ hội hòa quyện, khoảng 3 phút. Trong một cái bát nhỏ, kết hợp 1 thìa cà phê bột ngô còn lại với nước cốt chanh và nước cốt chanh rồi thêm vào nước sốt, khuấy đều để hơi đặc lại. Nêm muối và hạt tiêu cho vừa ăn.

Cho đậu phụ đã chiên trở lại chảo và nấu cho đến khi được phủ nước sốt và đun nóng. Phục vụ ngay lập tức.

27. Đậu Hủ Sả Đậu Tuyết

Làm cho 4 phần ăn

- 2 muỗng canh dầu canola hoặc dầu hạt nho
- 1 củ hành đỏ vừa, giảm một nửa và thái lát mỏng
- 2 tép tỏi, băm nhỏ
- 1 muỗng cà phê gừng tươi nạo
- 1 pound đậu phụ siêu cứng, để ráo nước và cắt thành xúc xắc $1/2$ inch
- 2 muỗng canh nước tương
- 1 muỗng canh rượu mirin hoặc rượu sake
- 1 muỗng cà phê đường

- ¹/₂ muỗng cà phê ớt đỏ nghiền
- 4 ounces đậu tuyết, cắt tỉa
- 1 muỗng canh sả băm nhỏ hoặc vỏ của 1 quả chanh
- 2 muỗng canh đậu phộng rang không muối xay thô, để trang trí

Trong chảo hoặc chảo lớn, đun nóng dầu trên lửa vừa và cao. Thêm hành tây, tỏi và gừng vào xào trong 2 phút. Thêm đậu phụ và nấu cho đến khi vàng nâu, khoảng 7 phút.

Khuấy nước tương, rượu mirin, đường và ớt đỏ nghiền. Thêm đậu tuyết và sả vào xào cho đến khi đậu tuyết mềm giòn và các hương vị hòa quyện vào nhau, khoảng 3 phút. Trang trí với đậu phộng và phục vụ ngay lập tức.

28. Đậu phụ mè đôi với sốt Tahini

Làm cho 4 phần ăn

- $1/2$ chén tahini (bột vừng)
- 2 thìa nước cốt chanh tươi
- 2 muỗng canh nước tương
- 2 muỗng canh nước
- $1/4$ chén hạt mè trắng
- $1/4$ chén hạt mè đen
- $1/2$ chén bột bắp
- 1 pound đậu phụ siêu cứng, để ráo nước, vỗ cho khô và cắt thành dải $1/2$ inch
- Muối và hạt tiêu đen mới xay
- 2 muỗng canh dầu canola hoặc dầu hạt nho

Trong một bát nhỏ, kết hợp tahini, nước cốt chanh, nước tương và nước, khuấy đều để trộn đều. Để qua một bên.

Trong một bát nông, kết hợp hạt mè trắng và đen và bột ngô, khuấy đều để trộn. Nêm đậu phụ với muối và hạt tiêu cho vừa ăn. Để qua một bên.

Trong một cái chảo lớn, đun nóng dầu trên lửa vừa. Nhúng đậu phụ vào hỗn hợp hạt mè cho đến khi phủ đều, sau đó cho vào chảo nóng và nấu cho đến khi chín vàng và giòn đều, lật khi cần, 3 đến 4 phút mỗi mặt. Cẩn thận để không làm cháy hạt. Rưới sốt tahini lên và dùng ngay.

29. Đậu phụ và Edamame hầm

Làm cho 4 phần ăn

- 2 muỗng canh dầu ô liu
- 1 củ hành vàng vừa, xắt nhỏ
- ½ chén cần tây xắt nhỏ
- 2 tép tỏi, băm nhỏ
- 2 củ khoai tây vàng Yukon vừa, gọt vỏ và cắt thành viên xúc xắc ½ inch
- 1 cốc edamame tươi hoặc đông lạnh đã bóc vỏ
- 2 chén zucchini bóc vỏ và thái hạt lựu
- ½ chén đậu Hà Lan đông lạnh
- 1 muỗng cà phê mặn khô
- ½ muỗng cà phê cây xô thơm khô vụn
- ⅛ muỗng cà phê cayenne xay
- 1 ½ cốc nước luộc rau, tự làm (xem Nước luộc rau nhẹ) hoặc muối mua ở cửa hàng và hạt tiêu đen mới xay

- 1 pound đậu phụ siêu cứng, để ráo nước, vỗ cho khô và cắt thành xúc xắc 1/2 inch
- 2 muỗng canh mùi tây tươi băm nhỏ

Trong một cái chảo lớn, đun nóng 1 muỗng canh dầu trên lửa vừa. Thêm hành tây, cần tây và tỏi. Đậy nắp và nấu cho đến khi mềm, khoảng 10 phút. Khuấy khoai tây, edamame, bí xanh, đậu Hà Lan, mận, cây xô thơm và ớt cayenne. Thêm nước dùng và đun sôi. Giảm nhiệt xuống thấp và nêm muối và hạt tiêu cho vừa ăn. Đậy nắp và đun nhỏ lửa cho đến khi rau mềm và hương vị hòa quyện, khoảng 40 phút.

Trong một cái chảo lớn, đun nóng 1 muỗng canh dầu còn lại trên lửa vừa và cao. Thêm đậu phụ và nấu cho đến khi vàng nâu, khoảng 7 phút. Nêm muối và hạt tiêu cho vừa ăn rồi để sang một bên. Khoảng 10 phút trước khi hầm xong, thêm đậu hũ chiên và mùi tây. Nếm thử, điều chỉnh gia vị nếu cần và dùng ngay.

30. Soy-Tan Dream cốt lết

Làm cho 6 phần ăn

- 10 ounce đậu phụ cứng, để ráo nước và vỡ vụn
- 2 muỗng canh nước tương
- ¼ muỗng cà phê ớt bột ngọt
- ¼ thìa cà phê bột hành
- ¼ muỗng cà phê bột tỏi
- ¼ muỗng cà phê tiêu đen mới xay
- 1 chén bột gluten lúa mì (gluten lúa mì quan trọng)
- 2 muỗng canh dầu ô liu

Trong một bộ xử lý thực phẩm, kết hợp đậu phụ, nước tương, ớt bột, bột hành tây, bột tỏi, hạt tiêu và bột mì. Xử lý cho đến khi trộn đều. Chuyển hỗn hợp lên bề mặt làm việc bằng phẳng và tạo hình thành hình trụ. Chia hỗn hợp thành 6 phần bằng nhau và ấn dẹt thành những miếng rất mỏng, dày không quá $^{1}/_{4}$ inch. (Để thực hiện việc này, hãy đặt từng miếng cốt lết vào giữa hai miếng giấy sáp, màng bọc thực phẩm hoặc giấy da và lăn phẳng bằng một cây lăn bột.)

Trong một cái chảo lớn, đun nóng dầu trên lửa vừa. Thêm các miếng cốt lết, theo mẻ nếu cần, đậy nắp và nấu cho đến khi chín vàng đều hai mặt, mỗi mặt từ 5 đến 6 phút. Cốt lết bây giờ đã sẵn sàng để sử dụng trong các công thức nấu ăn hoặc phục vụ ngay lập tức, rưới nước sốt lên trên.

31. Bánh mì thịt Kinda của tôi

Làm từ 4 đến 6 phần ăn

- 2 muỗng canh dầu ô liu
- $2/3$ chén hành tây băm nhỏ
- 2 tép tỏi, băm nhỏ
- 1 pound đậu phụ cứng, để ráo nước và vỗ khô
- 2 muỗng canh sốt cà chua

- 2 muỗng canh tahini (bột mè) hoặc bơ đậu phộng kem
- 2 muỗng canh nước tương
- $1/2$ chén quả óc chó xay
- 1 chén yến mạch kiểu cũ
- 1 chén bột gluten lúa mì (gluten lúa mì quan trọng)
- 2 muỗng canh mùi tây tươi băm nhỏ
- $1/2$ muỗng cà phê muối
- $1/2$ muỗng cà phê ớt bột ngọt
- $1/4$ muỗng cà phê tiêu đen mới xay

Làm nóng lò ở nhiệt độ 375°F. Tra dầu nhẹ vào chảo ổ bánh mì 9 inch và đặt sang một bên. Trong một cái chảo lớn, đun nóng 1 muỗng canh dầu trên lửa vừa. Thêm hành tây và tỏi, đậy nắp và nấu cho đến khi mềm, 5 phút.

Trong một bộ xử lý thực phẩm, kết hợp đậu phụ, sốt cà chua, tahini và nước tương và chế biến cho đến khi mịn. Thêm hỗn hợp hành tây dành riêng và tất cả các thành phần còn lại. Xung cho đến khi kết hợp tốt, nhưng vẫn còn một số kết cấu.

Cạo hỗn hợp vào chảo đã chuẩn bị. Nhấn mạnh hỗn hợp vào chảo, làm mịn mặt trên. Nướng cho đến khi chắc và vàng nâu, khoảng 1 giờ. Để yên trong 10 phút trước khi cắt.

32. Bánh mì nướng kiểu Pháp rất vani

Làm cho 4 phần ăn

1 (12-ounce) gói đậu phụ lụa cứng, để ráo nước
1 $^1/_2$ cốc sữa đậu nành
2 muỗng canh bột bắp
1 muỗng canh dầu canola hoặc dầu hạt nho
2 muỗng cà phê đường
1 $^1/_2$ thìa cà phê chiết xuất vani nguyên chất
$^1/_4$ muỗng cà phê muối
4 lát bánh mì Ý ngày tuổi
Dầu hạt cải hoặc dầu hạt nho, để chiên

Làm nóng lò ở nhiệt độ 225°F. Trong máy xay sinh tố hoặc máy xay thực phẩm, kết hợp đậu phụ, sữa đậu nành, bột ngô, dầu, đường, vani và muối và trộn cho đến khi mịn.

Đổ bột vào một cái bát cạn và nhúng bánh mì vào bột, lật cả hai mặt.

Trên vỉ nướng hoặc chảo lớn, đun nóng một lớp dầu mỏng trên lửa vừa. Đặt bánh mì nướng kiểu Pháp lên vỉ nướng nóng và nướng cho đến khi vàng nâu cả hai mặt, lật một lần, mỗi mặt từ 3 đến 4 phút.

Chuyển bánh mì nướng kiểu Pháp đã nấu chín sang đĩa cách nhiệt và giữ ấm trong lò trong khi nấu phần còn lại.

33. Bữa sáng rắc mè-đậu nành

Làm khoảng 1 cốc

½ chén đậu phụ mềm, để ráo nước và vỗ cho khô
2 muỗng canh tahini (bột mè)
2 muỗng canh men dinh dưỡng
1 muỗng canh nước cốt chanh tươi
2 muỗng cà phê dầu hạt lanh
1 muỗng cà phê dầu mè nướng
½ muỗng cà phê muối

Trong máy xay sinh tố hoặc bộ xử lý thực phẩm, kết hợp tất cả các thành phần và trộn cho đến khi mịn. Cạo hỗn hợp vào một cái bát nhỏ, đậy nắp và để trong tủ lạnh trong vài giờ để hương vị đậm đà hơn. Được bảo quản đúng cách, nó sẽ giữ được tối đa 3 ngày.

34. Tản Nhiệt Với Sốt Aurora

Làm cho 4 phần ăn

- 1 muỗng canh dầu ô liu
- 3 tép tỏi, băm nhỏ
- 3 củ hành xanh, băm nhỏ
- (28-ounce) lon cà chua nghiền
- 1 muỗng cà phê húng quế khô
- $1/2$ thìa cà phê kinh giới khô
- 1 muỗng cà phê muối

- ¹/₄ muỗng cà phê tiêu đen mới xay
- ¹/₃ chén pho mát kem thuần chay hoặc đậu hũ mềm ráo nước
- 1 pound nước sốt hoặc mì ống nhỏ, có hình dạng khác
- 2 muỗng canh mùi tây tươi băm nhỏ, để trang trí

Trong một cái chảo lớn, đun nóng dầu trên lửa vừa. Thêm tỏi và hành lá và nấu cho đến khi có mùi thơm, 1 phút. Khuấy cà chua, húng quế, kinh giới, muối và hạt tiêu. Đun sôi nước sốt, sau đó giảm nhiệt xuống thấp và đun nhỏ lửa trong 15 phút, thỉnh thoảng khuấy.

Trong bộ xử lý thực phẩm, trộn phô mai kem cho đến khi mịn. Thêm 2 chén nước sốt cà chua và trộn cho đến khi mịn. Cạo hỗn hợp đậu phụ-cà chua trở lại nồi với nước sốt cà chua, khuấy đều. Hương vị, điều chỉnh gia vị nếu cần thiết. Giữ ấm trên nhiệt độ thấp.

Trong một nồi nước muối sôi lớn, nấu mì ống trên lửa vừa và cao, thỉnh thoảng khuấy, cho đến khi mềm, khoảng 10 phút. Để ráo nước và chuyển sang một bát phục vụ lớn. Thêm nước sốt và quăng nhẹ nhàng để kết hợp. Rắc rau mùi tây và phục vụ ngay lập tức.

35. Lasagna đậu phụ cổ điển

Làm cho 6 phần ăn

- mì lasagna 12 ounce
- 1 pound đậu phụ cứng, để ráo nước và vỡ vụn
- 1 pound đậu phụ mềm, để ráo nước và vỡ vụn
- 2 muỗng canh men dinh dưỡng
- 1 muỗng cà phê nước cốt chanh tươi
- 1 muỗng cà phê muối
- ¼ muỗng cà phê tiêu đen mới xay

- 3 muỗng canh mùi tây tươi băm nhỏ
- $^1/_2$ cốc Parmesan thuần chay hoặc Parmasio
- 4 chén nước sốt marinara, tự làm (xem Sốt Marinara) hoặc mua ở cửa hàng

Trong một nồi nước muối sôi, nấu mì ở nhiệt độ trung bình cao, thỉnh thoảng khuấy cho đến khi vừa chín tới, khoảng 7 phút. Làm nóng lò ở 350 ° F. Trong một bát lớn, kết hợp đậu phụ cứng và mềm. Thêm men dinh dưỡng, nước cốt chanh, muối, hạt tiêu, rau mùi tây và $^1/_4$ cốc Parmesan. Trộn cho đến khi kết hợp tốt.

Đổ một lớp nước sốt cà chua vào đáy đĩa nướng 9 x 13 inch. Trên cùng với một lớp mì nấu chín. Trải đều một nửa hỗn hợp đậu phụ lên mì. Lặp lại với một lớp mì khác, sau đó là một lớp nước sốt. Rải hỗn hợp đậu phụ còn lại lên trên nước sốt và kết thúc bằng một lớp mì và nước sốt cuối cùng. Rắc $^1/_4$ cốc Parmesan còn lại. Nếu nước sốt vẫn còn, hãy để dành và dùng nóng trong bát cùng với lasagna.

Đậy bằng giấy bạc và nướng trong 45 phút. Tháo nắp và nướng lâu hơn 10 phút. Để yên trong 10 phút trước khi phục vụ.

36. Lasagna củ cải đỏ và rau bina

Làm cho 6 phần ăn

- mì lasagna 12 ounce
- 1 muỗng canh dầu ô liu
- 2 tép tỏi, băm nhỏ
- 8 ounce củ cải đỏ tươi, bỏ cuống cứng và thái nhỏ
- 9 ounces rau bina tươi, xắt nhỏ
- 1 pound đậu phụ cứng, để ráo nước và vỡ vụn
- 1 pound đậu phụ mềm, để ráo nước và vỡ vụn
- 2 muỗng canh men dinh dưỡng
- 1 muỗng cà phê nước cốt chanh tươi
- 2 muỗng canh mùi tây lá phẳng tươi băm nhỏ
- 1 muỗng cà phê muối
- $1/4$ muỗng cà phê tiêu đen mới xay

- 3 $^1/_2$ chén nước sốt marinara, tự làm hoặc mua ở cửa hàng

Trong một nồi nước muối sôi, nấu mì ở nhiệt độ trung bình cao, thỉnh thoảng khuấy cho đến khi vừa chín tới, khoảng 7 phút. Làm nóng lò ở 350°F.

Trong một cái chảo lớn, đun nóng dầu trên lửa vừa. Thêm tỏi và nấu cho đến khi có mùi thơm. Thêm củ cải và nấu, khuấy cho đến khi héo, khoảng 5 phút. Thêm rau bina và tiếp tục nấu, khuấy cho đến khi héo, khoảng 5 phút nữa. Đậy nắp và nấu cho đến khi mềm, khoảng 3 phút. Khám phá và đặt sang một bên để làm mát. Khi đủ nguội để xử lý, hãy hút hết hơi ẩm còn sót lại trên rau xanh, dùng thìa lớn ấn vào chúng để vắt hết chất lỏng dư thừa. Đặt rau xanh vào một cái bát lớn. Thêm đậu phụ, men dinh dưỡng, nước cốt chanh, rau mùi tây, muối và hạt tiêu. Trộn cho đến khi kết hợp tốt.

Đổ một lớp nước sốt cà chua vào đáy đĩa nướng 9 x 13 inch. Trên cùng với một lớp mì. Trải đều một nửa hỗn hợp đậu phụ lên mì. Lặp lại với một lớp mì khác và một lớp nước sốt. Phết hỗn hợp đậu phụ còn lại lên trên lớp nước sốt và kết thúc bằng một lớp mì cuối cùng, nước sốt và phủ Parmesan lên trên.

Đậy bằng giấy bạc và nướng trong 45 phút. Tháo nắp và nướng lâu hơn 10 phút. Để yên trong 10 phút trước khi phục vụ.

37. Mì Lasagna rau củ nướng

Làm cho 6 phần ăn

- 1 quả bí vừa, cắt thành ¹/₄ lát inch
- 1 quả cà tím vừa, cắt thành ¹/₄ lát inch
- 1 quả ớt chuông đỏ vừa, thái hạt lựu
- 2 muỗng canh dầu ô liu
- Muối và hạt tiêu đen mới xay
- 8 ounce mì lasagna

- 1 pound đậu phụ cứng, để ráo nước, vỗ cho khô và vỡ vụn
- 1 pound đậu phụ mềm, để ráo nước, vỗ cho khô và vỡ vụn
- 2 muỗng canh men dinh dưỡng
- 2 muỗng canh mùi tây lá phẳng tươi băm nhỏ
- 3 $1/2$ cốc sốt marinara, tự làm (xem Sốt Marinara) hoặc mua ở cửa hàng

Làm nóng lò ở nhiệt độ 425°F. Trải bí xanh, cà tím và ớt chuông lên chảo nướng 9 x 13 inch đã thoa dầu nhẹ. Rưới dầu và nêm muối và hạt tiêu đen cho vừa ăn. Nướng rau cho đến khi mềm và có màu nâu nhạt, khoảng 20 phút. Lấy ra khỏi lò và đặt sang một bên để nguội. Hạ nhiệt độ lò xuống 350°F.

Trong một nồi nước muối sôi, nấu mì ở nhiệt độ trung bình cao, thỉnh thoảng khuấy cho đến khi vừa chín tới, khoảng 7 phút. Xả và đặt sang một bên. Trong một bát lớn, kết hợp đậu phụ với men dinh dưỡng, rau mùi tây, muối và hạt tiêu cho vừa ăn. Trộn đều.

Để lắp ráp, phết một lớp sốt cà chua vào đáy đĩa nướng 9 x 13 inch. Trên cùng nước sốt với một lớp mì. Cho một nửa số rau đã rang lên trên mì sau đó phết một nửa hỗn hợp đậu phụ lên trên rau. Lặp lại với một lớp mì khác và phủ thêm nước sốt lên trên. Lặp lại quy trình xếp lớp với hỗn hợp rau và đậu phụ còn lại, kết thúc bằng một lớp mì và nước sốt. Rắc Parmesan lên trên.

Che và nướng trong 45 phút. Tháo nắp và nướng thêm 10 phút nữa. Lấy ra khỏi lò và để yên trong 10 phút trước khi cắt.

38. Lasagna với Radicchio và nấm

Làm cho 6 phần ăn

- 1 muỗng canh dầu ô liu
- 2 tép tỏi, băm nhỏ
- 1 đầu nhỏ radicchio, cắt nhỏ
- 8 ounce nấm cremini, rửa nhẹ, vỗ khô và thái lát mỏng
- Muối và hạt tiêu đen mới xay
- 8 ounce mì lasagna
- 1 pound đậu phụ cứng, để ráo nước, vỗ cho khô và vỡ vụn
- 1 pound đậu phụ mềm, để ráo nước, vỗ cho khô và vỡ vụn

- 3 muỗng canh men dinh dưỡng
- 2 muỗng canh mùi tây tươi băm nhỏ
- 3 chén nước sốt marinara, tự làm (xem Sốt Marinara) hoặc mua ở cửa hàng

Trong một cái chảo lớn, đun nóng dầu trên lửa vừa. Thêm tỏi, radicchio và nấm. Đậy nắp và nấu, thỉnh thoảng khuấy, cho đến khi mềm, khoảng 10 phút. Nêm muối và hạt tiêu cho vừa ăn rồi để sang một bên

Trong một nồi nước muối sôi, nấu mì ở nhiệt độ trung bình cao, thỉnh thoảng khuấy cho đến khi vừa chín tới, khoảng 7 phút. Xả và đặt sang một bên. Làm nóng lò ở 350°F.

Trong một bát lớn, kết hợp đậu phụ cứng và mềm. Thêm men dinh dưỡng và rau mùi tây và trộn cho đến khi kết hợp tốt. Trộn hỗn hợp radicchio và nấm và nêm muối và hạt tiêu cho vừa ăn.

Đổ một lớp nước sốt cà chua vào đáy đĩa nướng 9 x 13 inch. Trên cùng với một lớp mì. Trải đều một nửa hỗn hợp đậu phụ lên mì. Lặp lại với một lớp mì khác, sau đó là một lớp nước sốt. Rải hỗn hợp đậu phụ còn lại lên trên và kết thúc bằng một lớp mì và nước sốt cuối cùng. Rắc quả óc chó xay lên trên cùng.

Đậy bằng giấy bạc và nướng trong 45 phút. Tháo nắp và nướng lâu hơn 10 phút. Để yên trong 10 phút trước khi phục vụ.

39. Lasagna Primavera

Làm cho 6 đến 8 phần ăn

- 8 ounce mì lasagna
- 2 muỗng canh dầu ô liu
- 1 củ hành vàng nhỏ, xắt nhỏ
- 3 tép tỏi, băm nhỏ
- 6 ounce đậu phụ lụa, để ráo nước
- 3 ly sữa đậu nành không đường
- 3 muỗng canh men dinh dưỡng
- $1/8$ muỗng cà phê hạt nhục đậu khấu
- Muối và hạt tiêu đen mới xay
- 2 chén bông cải xanh xắt nhỏ
- 2 củ cà rốt vừa, băm nhỏ

- 1 quả bí xanh nhỏ, cắt đôi hoặc làm tư theo chiều dọc và cắt thành lát $^1/_4$ inch
- 1 quả ớt chuông đỏ vừa, xắt nhỏ
- 2 pound đậu phụ cứng, để ráo nước và vỗ khô
- 2 muỗng canh mùi tây lá phẳng tươi băm nhỏ
- $^1/_2$ cốc Parmesan thuần chay hoặc Parmasio
- $^1/_2$ chén hạnh nhân xay hoặc hạt thông

Làm nóng lò ở 350°F. Trong một nồi nước muối sôi, nấu mì ở nhiệt độ trung bình cao, thỉnh thoảng khuấy cho đến khi vừa chín tới, khoảng 7 phút. Xả và đặt sang một bên.

Trong một cái chảo nhỏ, đun nóng dầu trên lửa vừa. Thêm hành tây và tỏi, đậy nắp và nấu cho đến khi mềm, khoảng 5 phút. Chuyển hỗn hợp hành tây vào máy xay sinh tố. Thêm đậu phụ lụa, sữa đậu nành, men dinh dưỡng, nhục đậu khấu, muối và hạt tiêu cho vừa ăn. Trộn cho đến khi mịn và đặt sang một bên.

Hấp bông cải xanh, cà rốt, bí xanh và ớt chuông cho đến khi mềm. Loại bỏ nhiệt. Nghiền đậu phụ cứng vào một cái bát lớn. Thêm rau mùi tây và $^1/_4$ cốc Parmesan và nêm muối và hương vị hạt tiêu. Trộn cho đến khi kết hợp tốt. Khuấy rau hấp và trộn đều, thêm muối và hạt tiêu, nếu cần.

Thìa một lớp nước sốt trắng vào đáy đĩa nướng 9 x 13 inch đã thoa dầu nhẹ. Trên cùng với một lớp mì. Trải đều một nửa hỗn hợp đậu phụ và rau củ lên mì. Lặp lại với một lớp mì khác, tiếp theo là một lớp nước sốt. Rải hỗn hợp đậu phụ còn lại lên trên và kết thúc bằng một lớp mì và nước sốt cuối cùng, kết thúc bằng $1/4$ cốc Parmesan còn lại. Đậy bằng giấy bạc và nướng trong 45 phút

Lasagna đậu đen và bí ngô

Làm cho 6 đến 8 phần ăn

- 12 mì lasagna
- 1 muỗng canh dầu ô liu
- 1 củ hành vàng vừa, xắt nhỏ
- 1 quả ớt chuông đỏ vừa, xắt nhỏ
- 2 tép tỏi, băm nhỏ
- 1 $1/$ chén nấu chín hoặc 1 lon (15,5 ounce) đậu đen, để ráo nước và rửa sạch
- (14,5-ounce) lon cà chua nghiền
- 2 thìa cà phê ớt bột
- Muối và hạt tiêu đen mới xay
- 1 pound đậu phụ cứng, ráo nước
- 3 muỗng canh rau mùi tây hoặc rau mùi tươi băm nhỏ
- 1 (16-ounce) lon bí ngô xay nhuyễn
- 3 chén salsa cà chua, tự làm (xem Salsa cà chua tươi) hoặc mua ở cửa hàng

Trong một nồi nước muối sôi, nấu mì ở nhiệt độ trung bình cao, thỉnh thoảng khuấy cho đến khi vừa chín tới, khoảng 7 phút. Xả và đặt sang một bên. Làm nóng lò ở nhiệt độ 375°F.

Trong một cái chảo lớn, đun nóng dầu trên lửa vừa. Thêm hành tây, đậy nắp và nấu cho đến khi mềm. Thêm ớt chuông và tỏi và nấu cho đến khi mềm, lâu hơn 5 phút. Khuấy đậu, cà chua, 1 muỗng cà phê bột ớt, muối và hạt tiêu đen cho vừa ăn. Trộn đều và để một bên.

Trong một bát lớn, kết hợp đậu phụ, rau mùi tây, 1 thìa cà phê ớt bột còn lại, muối và hạt tiêu đen cho vừa ăn. Để qua một bên. Trong một bát vừa, kết hợp bí ngô với salsa và khuấy đều để trộn đều. Nêm muối và hạt tiêu cho vừa ăn.

Rải khoảng ¾ cốc hỗn hợp bí ngô vào đáy đĩa nướng 9 x 13 inch. Lên trên với 4 sợi mì. Trên cùng với một nửa hỗn hợp đậu, tiếp theo là một nửa hỗn hợp đậu phụ. Trên cùng là bốn sợi mì, tiếp theo là một lớp hỗn hợp bí ngô, sau đó là hỗn hợp đậu còn lại, phủ lên trên phần mì còn lại. Rải hỗn hợp đậu phụ còn lại lên mì, tiếp theo là hỗn hợp bí ngô còn lại, trải đều ra các cạnh của chảo.

Đậy bằng giấy bạc và nướng cho đến khi nóng và sủi bọt, khoảng 50 phút. Mở nắp, rắc hạt bí ngô và để yên 10 phút trước khi ăn.

40. Manicotti nhồi củ cải

Làm cho 4 phần ăn

- 12 bánh mì
- 3 muỗng canh dầu ô liu
- 1 củ hành tây nhỏ, băm nhỏ
- 1 củ cải Thụy Sĩ bó vừa, thân cứng được cắt tỉa và thái nhỏ
- 1 pound đậu phụ cứng, để ráo nước và vỡ vụn
- Muối và hạt tiêu đen mới xay
- 1 chén hạt điều thô

- 3 ly sữa đậu nành không đường
- ⅛ muỗng cà phê hạt nhục đậu khấu
- ⅛ muỗng cà phê cayenne xay
- 1 chén vụn bánh mì khô

Làm nóng lò ở 350 °F. Thoa nhẹ dầu lên đĩa nướng 9 x 13 inch và đặt sang một bên.

Trong một nồi nước muối sôi, nấu bánh mì ở nhiệt độ trung bình cao, thỉnh thoảng khuấy cho đến khi chín, khoảng 8 phút. Thoát nước tốt và chạy dưới vòi nước lạnh. Để qua một bên.

Trong một cái chảo lớn, đun nóng 1 muỗng canh dầu trên lửa vừa. Thêm hành tây, đậy nắp và nấu cho đến khi mềm khoảng 5 phút. Thêm củ cải, đậy nắp và nấu cho đến khi củ cải mềm, thỉnh thoảng khuấy, khoảng 10 phút. Tắt bếp và thêm đậu phụ, khuấy đều để trộn đều. Nêm muối và hạt tiêu vừa ăn rồi để sang một bên.

Trong máy xay sinh tố hoặc máy xay thực phẩm, xay hạt điều thành bột. Thêm 1 ½ cốc sữa đậu nành, nhục đậu khấu, ớt cayenne và muối cho vừa ăn. Xay đến khi mịn. Thêm 1 1/ cốc sữa đậu nành còn lại và trộn cho đến khi có dạng kem. Hương vị, điều chỉnh gia vị nếu cần thiết.

Trải một lớp nước sốt ở dưới cùng của món nướng đã chuẩn bị. Đóng gói khoảng ⅓ cốc củ cải nhồi vào manicotti. Sắp xếp manicotti nhồi trong một lớp trong món nướng. Thìa nước sốt còn lại trên manicotti. Trong một cái bát nhỏ, kết hợp vụn bánh mì và 2 muỗng canh dầu còn lại và rắc lên bánh mì. Đậy bằng giấy bạc và nướng cho đến khi nóng và sủi bọt, khoảng 30 phút. phục vụ ngay lập tức

Làm cho 4 phần ăn

- 12 bánh mì
- 1 muỗng canh dầu ô liu
- 2 củ hẹ vừa, xắt nhỏ
- 2 (10 ounce) gói rau bina xắt nhỏ đông lạnh, rã đông
- 1 pound đậu phụ cứng, để ráo nước và vỡ vụn
- $1/4$ muỗng cà phê hạt nhục đậu khấu
- Muối và hạt tiêu đen mới xay
- 1 chén quả óc chó nướng
- 1 chén đậu phụ mềm, để ráo nước và vỡ vụn
- $1/4$ cốc men dinh dưỡng
- 2 cốc sữa đậu nành không đường
- 1 chén vụn bánh mì khô

Làm nóng lò ở 350 °F. Tra dầu nhẹ vào đĩa nướng 9 x 13 inch. Trong một nồi nước muối sôi, nấu bánh mì ở nhiệt độ trung bình cao, thỉnh thoảng khuấy cho đến khi chín, khoảng 10 phút. Thoát nước tốt và chạy dưới vòi nước lạnh. Để qua một bên.

Trong một cái chảo lớn, đun nóng dầu trên lửa vừa. Thêm hẹ và nấu cho đến khi mềm, khoảng 5 phút. Bóp rau bina để loại bỏ càng nhiều chất lỏng càng tốt và thêm vào hẹ tây. Nêm hạt nhục đậu khấu, muối và hạt tiêu cho vừa ăn, nấu 5 phút, khuấy đều để hương vị hòa quyện. Thêm đậu phụ cứng và khuấy đều để trộn đều. Để qua một bên.

Trong một bộ xử lý thực phẩm, chế biến quả óc chó cho đến khi nghiền mịn. Thêm đậu phụ mềm, men dinh dưỡng, sữa đậu nành, muối và hạt tiêu cho vừa ăn. Xử lý cho đến khi mịn.

Trải một lớp nước sốt quả óc chó dưới đáy đĩa nướng đã chuẩn bị. Đổ đầy nhân vào bánh manicotti. Sắp xếp manicotti nhồi trong một lớp trong món nướng. Múc phần nước sốt còn lại lên trên. Đậy bằng giấy bạc và nướng cho đến khi nóng, khoảng 30 phút. Mở nắp, rắc vụn bánh mì và nướng thêm 10 phút nữa để mặt trên có màu nâu nhạt. phục vụ ngay lập tức

41. Chong chóng lasagna

Làm cho 4 phần ăn

- 12 mì lasagna
- 4 chén rau bina tươi đóng gói nhẹ
- 1 chén đậu trắng nấu chín hoặc đóng hộp, để ráo nước và rửa sạch
- 1 pound đậu phụ cứng, để ráo nước và vỗ khô
- $1/2$ muỗng cà phê muối
- $1/4$ muỗng cà phê tiêu đen mới xay
- $1/8$ muỗng cà phê hạt nhục đậu khấu
- 3 chén nước sốt marinara, tự làm (xem Sốt Marinara) hoặc mua ở cửa hàng

Làm nóng lò ở 350 ° F. Trong một nồi nước muối sôi, nấu mì ở nhiệt độ trung bình cao, thỉnh thoảng khuấy, cho đến khi vừa chín tới, khoảng 7 phút.

Cho cải bó xôi vào đĩa dùng được trong lò vi sóng với 1 thìa canh nước. Đậy nắp và cho vào lò vi sóng trong 1 phút cho đến khi héo. Lấy ra khỏi bát, vắt hết chất lỏng còn lại. Chuyển rau bina vào một bộ xử lý thực phẩm và xung để cắt nhỏ. Thêm đậu, đậu phụ, muối và hạt tiêu và chế biến cho đến khi kết hợp tốt. Để qua một bên.

Để lắp ráp các chong chóng, đặt mì trên một bề mặt làm việc bằng phẳng. Phết khoảng 3 muỗng hỗn hợp đậu phụ - rau muống lên bề mặt từng sợi mì rồi cuộn lại. Lặp lại với các thành phần còn lại. Rải một lớp nước sốt cà chua vào đáy đĩa thịt hầm nông. Đặt các cuộn thẳng đứng lên trên nước sốt và múc một ít nước sốt còn lại lên mỗi chong chóng. Đậy bằng giấy bạc và nướng trong 30 phút. Phục vụ ngay lập tức.

42. Ravioli bí ngô với đậu Hà Lan

Làm cho 4 phần ăn

- 1 chén bí ngô nghiền đóng hộp
- ½ chén đậu phụ cứng, ráo nước và vỡ vụn
- 2 muỗng canh mùi tây tươi băm nhỏ
- Nhúm hạt nhục đậu khấu

- Muối và hạt tiêu đen mới xay
- 1 công thức [Bột mì không trứng](#)
- 2 hoặc 3 củ hẹ vừa, giảm một nửa theo chiều dọc và cắt thành lát $^1/_4$ inch
- 1 chén đậu Hà Lan đông lạnh, rã đông

Dùng khăn giấy để thấm chất lỏng thừa từ bí ngô và đậu phụ, sau đó cho men dinh dưỡng, rau mùi tây, nhục đậu khấu, muối và hạt tiêu vào máy xay thực phẩm. Để qua một bên.

Để làm ravioli, hãy cán mỏng bột mì trên một bề mặt đã được rắc nhẹ bột mì. Cắt bột thành

dải rộng 2 inch. Đặt 1 muỗng cà phê đầy chất nhồi lên 1 dải mì ống, cách mặt trên khoảng 1 inch. Đặt một thìa đầy nhân khác lên dải mì ống, cách thìa nhân đầu tiên khoảng một inch. Lặp lại dọc theo toàn bộ chiều dài của dải bột. Làm ướt nhẹ các mép bột bằng nước và đặt dải mì ống thứ hai lên trên dải bột thứ nhất, phủ kín phần nhân. Ấn hai lớp bột lại với nhau giữa các phần nhân. Dùng dao tỉa các cạnh của miếng bột cho thẳng, sau đó cắt ngang miếng bột ở giữa từng ụ nhân để tạo thành những chiếc bánh bao hình vuông. Hãy chắc chắn để ép các túi khí xung quanh điền vào trước khi niêm phong. Dùng đầu nĩa ấn dọc theo các cạnh của bột để bọc kín bánh bao. Chuyển bánh ravioli sang đĩa có rắc bột mì và lặp lại với phần bột và nước sốt còn lại. Để qua một bên.

Trong một cái chảo lớn, đun nóng dầu trên lửa vừa. Thêm hẹ và nấu, thỉnh thoảng khuấy, cho đến khi hẹ có màu nâu vàng đậm nhưng không bị cháy, khoảng 15 phút. Khuấy đậu Hà Lan và nêm muối và hạt tiêu cho vừa ăn. Giữ ấm ở nhiệt độ rất thấp.

Trong một nồi nước muối sôi lớn, nấu ravioli cho đến khi chúng nổi lên trên cùng, khoảng 5 phút. Để ráo nước và chuyển vào chảo cùng với hẹ tây và đậu Hà Lan. Nấu trong một hoặc hai phút để hòa quyện các hương vị, sau đó chuyển sang một bát lớn. Nêm nhiều hạt tiêu và dùng ngay.

43. Atisô-Walnut Ravioli

Làm cho 4 phần ăn

- $1/3$ chén cộng với 2 muỗng canh dầu ô liu
- 3 tép tỏi, băm nhỏ
- 1 (10 ounce) gói rau bina đông lạnh, rã đông và vắt khô
- 1 chén tim atisô đông lạnh, rã đông và cắt nhỏ
- $1/3$ chén đậu phụ cứng, để ráo nước và vỡ vụn
- 1 chén quả óc chó nướng
- $1/4$ chén rau mùi tây tươi được đóng gói chặt chẽ
- Muối và hạt tiêu đen mới xay
- 1 công thức Bột mì không trứng
- 12 lá xô thơm tươi

Trong một cái chảo lớn, đun nóng 2 muỗng canh dầu trên lửa vừa. Thêm tỏi, rau bina và tim atisô. Đậy nắp và nấu cho đến khi tỏi mềm và chất lỏng được hấp thụ, khoảng 3 phút, thỉnh thoảng khuấy. Chuyển hỗn hợp vào một bộ xử lý thực phẩm. Thêm đậu phụ, $1/4$ cốc quả óc chó, rau mùi tây, muối và hạt tiêu cho vừa ăn. Xử lý cho đến khi băm nhỏ và trộn kỹ.

Đặt sang một bên để làm mát.

Để làm ravioli, hãy cán bột thật mỏng (khoảng $1/8$ inch) trên một bề mặt có rắc ít bột mì và cắt nó thành dải rộng 2 inch. Đặt 1 muỗng cà phê đầy chất nhồi lên dải mì ống, cách mặt trên khoảng 1 inch. Đặt một thìa đầy nhân khác lên dải mì ống, cách thìa nhân đầu tiên khoảng 1 inch. Lặp lại dọc theo toàn bộ chiều dài của dải bột.

Làm ướt nhẹ các mép bột bằng nước và đặt dải mì ống thứ hai lên trên dải bột thứ nhất, phủ kín phần nhân.

Ấn hai lớp bột lại với nhau giữa các phần nhân. Dùng dao tỉa các cạnh của miếng bột cho thẳng, sau đó cắt ngang miếng bột ở giữa từng ụ nhân để tạo thành những chiếc bánh bao hình vuông. Dùng đầu nĩa ấn dọc theo các cạnh của bột để bọc kín bánh bao. Chuyển bánh ravioli sang đĩa có rắc bột và lặp lại với phần bột và nhân còn lại.

Nấu ravioli trong một nồi nước muối sôi lớn cho đến khi chúng nổi lên trên cùng, khoảng 7 phút. Thoát nước tốt và đặt sang một bên. Trong một cái chảo lớn, đun nóng $1/\text{chén}$ dầu còn lại trên lửa vừa. Thêm vào cây xô thơm và ¾ chén quả óc chó còn lại và nấu cho đến khi cây xô thơm trở nên giòn và quả óc chó có mùi thơm.

Thêm ravioli đã nấu chín và nấu, khuấy nhẹ, để phủ nước sốt và đun nóng. Phục vụ ngay lập tức.

44. Tortellini sốt cam

Làm cho 4 phần ăn

- 1 muỗng canh dầu ô liu
- 3 tép tỏi, bằm nhuyễn
- 1 chén đậu phụ cứng, để ráo nước và vỡ vụn
- ¾ chén mùi tây tươi xắt nhỏ
- ¼ cốc Parmesan thuần chay hoặc Parmasio
- Muối và hạt tiêu đen mới xay
- 1 công thức Bột mì không trứng
- 2 ½ cốc nước sốt marinara, tự làm (xem Sốt Marinara) hoặc Vỏ cam 1 quả mua ở cửa hàng
- ½ muỗng cà phê ớt đỏ nghiền

- ¹/₂ chén kem đậu nành hoặc sữa đậu nành không đường

Trong một cái chảo lớn, đun nóng dầu trên lửa vừa. Thêm tỏi và nấu cho đến khi mềm, khoảng 1 phút. Cho đậu phụ, rau mùi tây, phô mai Parmesan, muối và hạt tiêu đen vào đảo đều cho vừa ăn. Trộn cho đến khi trộn đều. Đặt sang một bên để làm mát.

Để làm tortellini, hãy cán bột mỏng ra (khoảng ¹/inch) và cắt thành hình vuông ₂ ¹/₂ inch. Nơi

1 muỗng cà phê nhân vừa trộn vào giữa và gấp một góc của hình vuông mì ống lên trên nhân để tạo thành hình tam giác. Nhấn các cạnh lại với nhau để bịt kín, sau đó quấn hình tam giác, tâm hướng xuống dưới, xung quanh ngón trỏ của bạn, ấn các đầu lại với nhau để chúng dính vào nhau. Gấp điểm của hình tam giác xuống và trượt ngón tay của bạn. Đặt sang một đĩa bột nhẹ và tiếp tục với phần bột và nhân còn lại.

Trong một cái chảo lớn, kết hợp sốt marinara, vỏ cam và ớt đỏ nghiền. Đun cho đến khi nóng, sau đó khuấy kem đậu nành và giữ ấm ở nhiệt độ rất thấp.

Trong một nồi nước muối sôi, nấu tortellini cho đến khi chúng nổi lên trên cùng, khoảng 5 phút. Để ráo nước và chuyển sang một bát phục vụ lớn. Thêm nước sốt và quăng nhẹ nhàng để kết hợp. Phục vụ ngay lập tức.

45. Mì Lo Me Rau Củ

Làm cho 4 phần ăn

- 12 ounce mì ống
- 1 muỗng canh dầu mè nướng
- 3 muỗng canh nước tương
- 2 muỗng canh sherry khô
- 1 muỗng canh nước
- véo đường
- 1 muỗng canh bột bắp

- 2 muỗng canh dầu canola hoặc dầu hạt nho
- 1 pound đậu phụ cứng, để ráo nước và thái hạt lựu
- 1 củ hành vừa, giảm một nửa và thái lát mỏng
- 3 chén bông cải xanh nhỏ
- 1 củ cà rốt vừa, cắt thành $^1/_4$ lát inch
- 1 chén nấm hương tươi hoặc nấm trắng thái lát
- 2 tép tỏi, băm nhỏ
- 2 muỗng cà phê gừng tươi nạo
- 2 củ hành xanh, xắt nhỏ

Trong một nồi nước muối sôi lớn, nấu mì ống, thỉnh thoảng khuấy cho đến khi mềm, khoảng 10 phút. Để ráo nước và chuyển vào một cái bát. Thêm 1 muỗng cà phê dầu mè và quăng lên áo khoác. Để qua một bên.

Trong một bát nhỏ, kết hợp nước tương, rượu sherry, nước, đường và 2 thìa cà phê dầu mè còn lại. Thêm bột ngô và khuấy để hòa tan. Để qua một bên.

Trong chảo hoặc chảo lớn, đun nóng 1 muỗng canh cải dầu trên lửa vừa và cao. Thêm đậu phụ và nấu cho đến khi vàng nâu, khoảng 10 phút. Lấy ra khỏi chảo và đặt sang một bên.

Hâm nóng lại dầu hạt cải còn lại trong cùng một chảo. Thêm hành tây, bông cải xanh và cà rốt và xào cho đến khi mềm, khoảng 7 phút. Thêm nấm, tỏi, gừng và hành lá vào xào trong 2 phút. Khuấy nước sốt và mì đã nấu chín và quăng để trộn đều. Nấu cho đến khi nóng qua. Nếm, điều chỉnh gia vị và thêm nước tương nếu cần. Phục vụ ngay lập tức.

46. Pad Thái

Làm cho 4 phần ăn

- 12 ounce mì gạo khô
- $1/3$ chén nước tương
- 2 muỗng canh nước cốt chanh tươi
- 2 muỗng canh đường nâu nhạt
- 1 muỗng canh bột me (xem chú thích)
- 1 muỗng canh bột cà chua
- 3 muỗng canh nước
- $1/2$ muỗng cà phê ớt đỏ nghiền
- 3 muỗng canh dầu canola hoặc dầu hạt nho
- 1 pound đậu phụ siêu cứng, để ráo nước, ép (xem Đậu phụ) và cắt thành xúc xắc $1/$inch

- 4 củ hành xanh, băm nhỏ
- 2 tép tỏi, băm nhỏ
- $1/3$ chén đậu phộng rang khô không ướp muối xắt nhỏ
- 1 chén giá đỗ, để trang trí
- 1 quả chanh, cắt thành hình nêm, để trang trí

Ngâm mì trong một bát nước nóng lớn cho đến khi mềm, từ 5 đến 15 phút, tùy thuộc vào độ dày của mì. Để ráo nước và rửa sạch dưới vòi nước lạnh. Chuyển mì ráo nước vào một bát lớn và đặt sang một bên.

Trong một bát nhỏ, kết hợp nước tương, nước cốt chanh, đường, bột me, bột cà chua, nước và ớt đỏ nghiền. Khuấy để trộn đều và đặt sang một bên.

Trong chảo hoặc chảo lớn, đun nóng 2 muỗng canh dầu trên lửa vừa. Thêm đậu phụ và xào cho đến khi vàng nâu, khoảng 5 phút. Chuyển sang đĩa và đặt sang một bên.

Trong cùng một chảo hoặc chảo, đun nóng 1 muỗng canh dầu còn lại trên lửa vừa. Thêm hành tây và xào trong 1 phút. Thêm hành lá và tỏi, xào trong 30 giây, sau đó thêm đậu phụ nấu chín và nấu khoảng 5 phút, thỉnh thoảng lật, cho đến khi vàng nâu. Thêm mì đã nấu chín và quăng để kết hợp và đun nóng.

Khuấy nước sốt và nấu, đảo đều, thêm một hoặc hai giọt nước bổ sung, nếu cần, để chống dính. Khi bún còn nóng mềm, bày ra đĩa, rắc đậu phộng và hành ngò lên trên. Trang trí với giá đỗ và chanh trên mặt đĩa. Phục vụ nóng.

47. Spaghetti say rượu với đậu phụ

Làm cho 4 phần ăn

- mì spaghetti 12 ounce
- 3 muỗng canh nước tương
- 1 muỗng canh dầu hào chay (không bắt buộc)
- 1 muỗng cà phê đường nâu nhạt
- 8 ounce đậu phụ siêu cứng, để ráo nước và ép (xem Đậu phụ)
- 2 muỗng canh dầu canola hoặc dầu hạt nho
- 1 củ hành đỏ vừa, thái lát mỏng

- 1 quả ớt chuông đỏ vừa, thái lát mỏng
- 1 chén đậu tuyết, tỉa
- 2 tép tỏi, băm nhỏ
- ½ muỗng cà phê ớt đỏ nghiền
- 1 chén lá húng quế Thái tươi

Trong một nồi nước muối sôi, nấu mì spaghetti trên lửa vừa và cao, thỉnh thoảng khuấy cho đến khi chín, khoảng 8 phút. Để ráo nước và chuyển sang một cái tô lớn. Trong một bát nhỏ, kết hợp nước tương, dầu hào, nếu sử dụng và đường. Trộn đều, sau đó đổ lên mì spaghetti đã để sẵn, phủ đều. Để qua một bên.

Cắt đậu phụ thành dải ½ inch. Trong chảo hoặc chảo lớn, đun nóng 1 muỗng canh dầu trên lửa vừa và cao. Thêm đậu phụ và nấu cho đến khi vàng, khoảng 5 phút. Lấy ra khỏi chảo và đặt sang một bên.

Bắc chảo lên bếp và thêm 1 muỗng canh dầu hạt cải còn lại. Thêm hành tây, ớt chuông, đậu Hà Lan, tỏi và ớt đỏ nghiền nát. Xào cho đến khi rau vừa mềm, khoảng 5 phút. Thêm hỗn hợp mì spaghetti đã nấu chín và nước sốt, đậu phụ đã nấu chín và húng quế vào xào cho đến khi nóng, khoảng 4 phút.

ĐỀN CHÙA

1. **Mỳ Ý kiểu Carbonara**

Làm cho 4 phần ăn

- 2 muỗng canh dầu ô liu
- 3 củ hẹ vừa, băm nhỏ
- 4 ounce thịt xông khói tempeh, tự làm (xem Tempeh Bacon) hoặc mua ở cửa hàng, cắt nhỏ
- 1 cốc sữa đậu nành không đường
- $1/2$ chén đậu phụ mềm hoặc lụa, để ráo nước
- $1/4$ cốc men dinh dưỡng
- Muối và hạt tiêu đen mới xay
- mì spaghetti 1 pound
- 3 muỗng canh mùi tây tươi băm nhỏ

Trong một cái chảo lớn, đun nóng dầu trên lửa vừa. Thêm hẹ và nấu cho đến khi mềm, khoảng 5 phút. Thêm thịt xông khói tempeh và nấu, khuấy thường xuyên, cho đến khi có màu nâu nhạt, khoảng 5 phút. Để qua một bên.

Trong máy xay sinh tố, kết hợp sữa đậu nành, đậu phụ, men dinh dưỡng, muối và hạt tiêu cho vừa ăn. Xay đến khi mịn. Để qua một bên.

Trong một nồi nước muối sôi lớn, đun mì spaghetti trên lửa vừa và cao, thỉnh thoảng khuấy cho đến khi chín, khoảng 10 phút. Để ráo nước và chuyển sang một bát phục vụ lớn. Thêm hỗn hợp đậu phụ, $^1/_4$ cốc Parmesan và tất cả trừ 2 thìa hỗn hợp thịt xông khói tempeh.

Quậy nhẹ nhàng để kết hợp và nếm thử, điều chỉnh gia vị nếu cần thiết, thêm một ít sữa đậu nành nếu quá khô. Thêm vài hạt tiêu xay lên trên, thịt xông khói tempeh còn lại, Parmesan còn lại và rau mùi tây. Phục vụ ngay lập tức.

2. **Tempeh và rau xào**

Làm cho 4 phần ăn

- 10 ounce tempeh
- Muối và hạt tiêu đen mới xay
- 2 muỗng cà phê bột bắp
- 4 chén bông cải xanh nhỏ
- 2 muỗng canh dầu canola hoặc dầu hạt nho
- 2 muỗng canh nước tương
- 2 muỗng canh nước
- 1 muỗng canh mirin
- $1/2$ muỗng cà phê ớt đỏ nghiền
- 2 muỗng cà phê dầu mè nướng
- 1 quả ớt chuông đỏ vừa, cắt thành $1/2$ lát inch
- 6 ounce nấm trắng, rửa nhẹ, vỗ khô và cắt thành lát $1/2$ inch
- 2 tép tỏi, băm nhỏ
- 3 muỗng canh hành lá băm nhỏ

- 1 muỗng cà phê gừng tươi nạo

Trong một nồi nước sôi vừa, nấu tempeh trong 30 phút. Để ráo nước, vỗ nhẹ cho khô và đặt sang một bên để nguội. Cắt tempeh thành các khối $^1/_2$ inch và đặt vào một cái bát nông. Nêm muối và hạt tiêu đen cho vừa ăn, rắc bột ngô lên trên và trộn đều. Để qua một bên.

Hấp nhẹ bông cải xanh cho đến khi gần mềm, khoảng 5 phút. Xả dưới vòi nước lạnh để dừng quá trình nấu và giữ lại màu xanh tươi. Để qua một bên.

Trong chảo hoặc chảo lớn, đun nóng 1 muỗng canh dầu hạt cải trên lửa vừa và cao. Thêm tempeh và xào cho đến khi vàng nâu, khoảng 5 phút. Lấy ra khỏi chảo và đặt sang một bên.

Trong một bát nhỏ, kết hợp nước tương, nước, rượu mirin, ớt đỏ nghiền và dầu mè. Để qua một bên.

Hâm nóng lại cùng một chảo trên lửa vừa và cao. Thêm 1 muỗng canh dầu hạt cải còn lại. Thêm ớt chuông và nấm và xào cho đến khi mềm, khoảng 3 phút. Thêm tỏi, hành lá và gừng vào xào trong 1 phút. Thêm bông cải xanh hấp và tempeh chiên và xào trong 1 phút. Khuấy hỗn hợp nước tương và xào cho đến khi tempeh và rau nóng và phủ đầy nước sốt. Phục vụ ngay lập tức.

3. **Teriyaki Tempeh**

Làm cho 4 phần ăn

- 1 pound tempeh, cắt thành lát $1/4$ inch
- $1/4$ cốc nước cốt chanh tươi
- 1 muỗng cà phê tỏi băm
- 2 muỗng canh hành lá băm nhỏ
- 2 muỗng cà phê gừng tươi nạo
- 1 muỗng canh đường
- 2 muỗng canh dầu mè nướng
- 1 muỗng canh bột bắp
- 2 muỗng canh nước
- 2 muỗng canh dầu canola hoặc dầu hạt nho

Trong một nồi nước sôi vừa, nấu tempeh trong 30 phút. Để ráo nước và đặt vào một đĩa nông lớn. Trong một bát nhỏ, kết hợp nước tương, nước cốt chanh, tỏi, hành lá, gừng, đường, dầu mè, bột bắp và nước. Trộn đều, sau đó đổ nước xốt lên tempeh đã nấu chín, chuyển sang áo khoác. Ướp tempeh trong 1 giờ.

Trong chảo lớn, đun nóng dầu canola trên lửa vừa. Lấy tempeh ra khỏi nước xốt, để dành nước xốt. Cho tempeh vào chảo nóng và nấu cho đến khi vàng nâu cả hai mặt, khoảng 4 phút mỗi mặt. Thêm nước xốt dành riêng và đun nhỏ lửa cho đến khi chất lỏng đặc lại, khoảng 8 phút. Phục vụ ngay lập tức.

4. **Tempeh nướng**

Làm cho 4 phần ăn

- 1 pound tempeh, cắt thành thanh 2 inch
- 2 muỗng canh dầu ô liu
- 1 củ hành vừa, băm nhỏ
- 1 quả ớt chuông đỏ vừa, băm nhỏ
- 2 tép tỏi, băm nhỏ
- (14,5-ounce) lon cà chua nghiền
- 2 muỗng canh mật đường đen
- 2 muỗng canh giấm táo
- muỗng canh nước tương
- 2 muỗng cà phê mù tạt nâu cay
- 1 muỗng canh đường
- $1/2$ muỗng cà phê muối i
- $1/4$ thìa cà phê hạt tiêu xay
- $1/4$ muỗng cà phê cayenne xay

Trong một nồi nước sôi vừa, nấu tempeh trong 30 phút. Xả và đặt sang một bên.

Trong một cái chảo lớn, đun nóng 1 muỗng canh dầu trên lửa vừa. Thêm hành tây, ớt chuông và tỏi. Đậy nắp và nấu cho đến khi mềm, khoảng 5 phút. Khuấy cà chua, mật đường, giấm, nước tương, mù tạt, đường, muối, hạt tiêu và ớt cayenne và đun sôi. Giảm nhiệt xuống thấp và đun nhỏ lửa, không đậy nắp, trong 20 phút.

Trong một chảo lớn, đun nóng 1 muỗng canh dầu còn lại trên lửa vừa. Thêm tempeh và nấu cho đến khi vàng nâu, quay một lần, khoảng 10 phút. Thêm đủ nước sốt để hào phóng phủ tempeh. Đậy nắp và đun nhỏ lửa để hòa quyện các hương vị, khoảng 15 phút. Phục vụ ngay lập tức.

5. Cam-Bourbon Tempeh

Làm từ 4 đến 6 phần ăn

- 2 cốc nước
- $1/2$ chén nước tương
- lát mỏng gừng tươi
- 2 tép tỏi, thái lát
- 1 pound tempeh, cắt thành lát mỏng
- Muối và hạt tiêu đen mới xay
- $1/4$ chén dầu cải hoặc dầu hạt nho
- 1 muỗng canh đường nâu nhạt
- $1/8$ thìa cà phê hạt tiêu xay
- $1/3$ cốc nước cam tươi
- $1/4$ cốc rượu bourbon hoặc 5 lát cam, giảm một nửa
- 1 muỗng canh bột bắp pha với 2 muỗng canh nước

Trong một cái chảo lớn, kết hợp nước, nước tương, gừng, tỏi và vỏ cam. Cho tempeh vào nước xốt và đun sôi. Giảm nhiệt xuống thấp và đun nhỏ lửa trong 30 phút. Lấy tempeh ra khỏi nước xốt, để dành nước xốt. Rắc tempeh với muối và hạt tiêu cho vừa ăn. Đặt bột vào một cái bát nông. Nhúng tempeh đã nấu chín vào bột mì và để sang một bên.

Trong một cái chảo lớn, đun nóng dầu trên lửa vừa. Thêm tempeh, theo mẻ nếu cần và nấu cho đến khi chín vàng cả hai mặt, khoảng 4 phút mỗi mặt. Dần dần khuấy trong ướp dành riêng. Thêm đường, hạt tiêu, nước cam và rượu bourbon. Lên trên tempeh với những lát cam. Đậy nắp và đun nhỏ lửa cho đến khi nước sốt sệt lại và các hương vị hòa quyện vào nhau, khoảng 20 phút.

Dùng muỗng hoặc thìa có rãnh để lấy tempeh ra khỏi chảo và chuyển sang đĩa phục vụ. Giữ ấm. Thêm hỗn hợp bột ngô vào nước sốt và nấu, khuấy cho đặc lại. Giảm nhiệt xuống thấp và đun nhỏ lửa, không đậy nắp, khuấy liên tục cho đến khi nước sốt đặc lại. Thìa nước sốt trên tempeh và phục vụ ngay lập tức.

6. **Tempeh và khoai lang**

Làm cho 4 phần ăn

- 1 pound tempeh
- 2 muỗng canh nước tương
- 1 muỗng cà phê rau mùi
- $1/2$ muỗng cà phê bột nghệ
- 2 muỗng canh dầu ô liu
- 3 củ hẹ lớn, xắt nhỏ
- 1 hoặc 2 củ khoai lang vừa, gọt vỏ và cắt thành viên xúc xắc $1/2$ inch
- 2 muỗng cà phê gừng tươi nạo
- 1 cốc nước ép dứa
- 2 muỗng cà phê đường nâu nhạt
- Nước cốt của 1 quả chanh

Trong một nồi nước sôi vừa, nấu tempeh trong 30 phút. Chuyển nó vào một cái bát cạn. Thêm 2 muỗng canh nước tương, rau mùi và bột nghệ, trộn đều. Để qua một bên.

Trong một cái chảo lớn, đun nóng 1 muỗng canh dầu trên lửa vừa. Thêm tempeh và nấu cho đến khi chín vàng cả hai mặt, khoảng 4 phút mỗi mặt. Lấy ra khỏi chảo và đặt sang một bên.

Trong cùng một chảo, đun nóng 2 muỗng canh dầu còn lại trên lửa vừa. Thêm hẹ và khoai lang. Đậy nắp và nấu cho đến khi hơi mềm và có màu nâu nhạt, khoảng 10 phút. Khuấy gừng, nước ép dứa, 1 muỗng canh nước tương còn lại và đường, khuấy đều để kết hợp. Giảm nhiệt xuống thấp, thêm tempeh đã nấu chín, đậy nắp và nấu cho đến khi khoai tây mềm, khoảng 10 phút. Chuyển tempeh và khoai lang vào đĩa phục vụ và giữ ấm. Khuấy nước cốt chanh vào nước sốt và đun nhỏ lửa trong 1 phút để hương vị hòa quyện. Rưới nước sốt lên tempeh và dùng ngay.

7. **Creole Tempeh**

Làm từ 4 đến 6 phần ăn

- 1 pound tempeh, cắt thành lát $1/4$ inch
- $1/4$ chén nước tương
- 2 muỗng canh gia vị Creole
- $1/2$ chén bột mì đa dụng
- 2 muỗng canh dầu ô liu
- 1 củ hành vàng ngọt vừa, xắt nhỏ
- 2 xương sườn cần tây, xắt nhỏ
- 1 quả ớt chuông xanh vừa, xắt nhỏ
- 3 tép tỏi, băm nhỏ
- 1 (14,5-ounce) lon cà chua thái hạt lựu, để ráo nước
- 1 muỗng cà phê cỏ xạ hương khô
- $1/2$ chén rượu trắng khô
- Muối và hạt tiêu đen mới xay

Đặt tempeh vào một cái chảo lớn với lượng nước vừa đủ. Thêm nước tương và 1 muỗng canh gia vị Creole. Đậy nắp và đun nhỏ lửa trong 30 phút. Lấy tempeh ra khỏi chất lỏng và đặt sang một bên, để riêng phần chất lỏng.

Trong một cái bát nông, kết hợp bột mì với 2 muỗng canh gia vị Creole còn lại và trộn đều. Nhúng tempeh vào hỗn hợp bột, phủ đều. Trong một cái chảo lớn, đun nóng 1 muỗng canh dầu trên lửa vừa. Thêm tempeh nạo vét và nấu cho đến khi chín vàng cả hai mặt, khoảng 4 phút mỗi mặt. Lấy tempeh ra khỏi chảo và đặt sang một bên.

Trong cùng một chảo, đun nóng 1 muỗng canh dầu còn lại trên lửa vừa. Thêm hành tây, cần tây, ớt chuông và tỏi. Đậy nắp và nấu cho đến khi rau mềm, khoảng 10 phút. Cho cà chua vào xào, sau đó cho tempeh trở lại chảo cùng với cỏ xạ hương, rượu vang và 1 cốc nước đun sôi để dành. Nêm muối và hạt tiêu cho vừa ăn. Đun nhỏ lửa và nấu, không đậy nắp, trong khoảng 30 phút để rút bớt chất lỏng và hòa quyện các hương vị. Phục vụ ngay lập tức.

8. Tempeh với chanh và nụ bạch hoa

Làm từ 4 đến 6 phần ăn

- 1 pound tempeh, cắt theo chiều ngang thành $1/4$ lát inch
- $1/2$ chén nước tương
- $1/2$ chén bột mì đa dụng
- Muối và hạt tiêu đen mới xay
- 2 muỗng canh dầu ô liu
- 2 củ hẹ vừa, băm nhỏ
- 2 tép tỏi, băm nhỏ
- 2 muỗng canh nụ bạch hoa
- $1/2$ chén rượu trắng khô
- $1/2$ cốc nước dùng rau củ, tự làm (xem Nước dùng rau củ nhẹ) hoặc mua ở cửa hàng
- 2 muỗng canh bơ thực vật thuần chay
- Nước cốt của 1 quả chanh
- 2 muỗng canh mùi tây tươi băm nhỏ

Đặt tempeh vào một cái chảo lớn với lượng nước vừa đủ. Thêm nước tương và đun nhỏ lửa trong 30 phút. Lấy tempeh ra khỏi nồi và để nguội. Trong một bát nông, kết hợp bột mì và muối và hạt tiêu cho vừa ăn. Nhúng tempeh vào hỗn hợp bột, tráng cả hai mặt. Để qua một bên.

Trong một cái chảo lớn, đun nóng 2 muỗng canh dầu trên lửa vừa. Thêm tempeh, theo mẻ nếu cần và nấu cho đến khi chín vàng cả hai mặt, tổng cộng khoảng 8 phút. Lấy tempeh ra khỏi chảo và đặt sang một bên.

Trong cùng một chảo, đun nóng 1 muỗng canh dầu còn lại trên lửa vừa. Thêm hẹ và nấu khoảng 2 phút. Thêm tỏi, sau đó cho nụ bạch hoa, rượu và nước dùng vào khuấy đều. Cho tempeh trở lại chảo và đun nhỏ lửa trong 6 đến 8 phút. Khuấy bơ thực vật, nước chanh và rau mùi tây, khuấy để làm tan chảy bơ thực vật. Phục vụ ngay lập tức.

9. Tempeh với Maple & men Balsamic

Làm cho 4 phần ăn

- 1 pound tempeh, cắt thành thanh 2 inch
- 2 muỗng canh giấm balsamic
- 2 muỗng canh xi-rô phong nguyên chất
- 1 ½ muỗng canh mù tạt nâu cay
- 1 muỗng cà phê sốt Tabasco
- 1 muỗng canh dầu ô liu
- 2 tép tỏi, băm nhỏ
- ½ cốc nước dùng rau củ, tự làm (xem Nước dùng rau củ nhẹ) hoặc Muối và tiêu đen mới xay mua ở cửa hàng

Trong một nồi nước sôi vừa, nấu tempeh trong 30 phút. Để ráo nước và lau khô.

Trong một bát nhỏ, kết hợp giấm, xi-rô cây thích, mù tạt và Tabasco. Để qua một bên.

Trong một cái chảo lớn, đun nóng dầu trên lửa vừa. Thêm tempeh và nấu cho đến khi chín vàng cả hai mặt, lật một lần, khoảng 4 phút mỗi mặt. Thêm tỏi và nấu thêm 30 giây nữa.

Khuấy nước dùng và muối và hạt tiêu cho vừa ăn. Tăng nhiệt lên mức trung bình cao và nấu, không đậy nắp, trong khoảng 3 phút hoặc cho đến khi chất lỏng gần như bay hơi.

Thêm hỗn hợp mù tạt đã để sẵn và nấu trong 1 đến 2 phút, lật tempeh để phủ nước sốt và tráng men đẹp mắt. Hãy cẩn thận để không bị bỏng. Phục vụ ngay lập tức.

10. Tempeh ớt hấp dẫn

Làm từ 4 đến 6 phần ăn

- 1 pound tempeh
- 1 muỗng canh dầu ô liu
- 1 củ hành vàng vừa, xắt nhỏ
- 1 quả ớt chuông xanh vừa, xắt nhỏ
- 2 tép tỏi, băm nhỏ
- muỗng canh ớt bột
- 1 muỗng cà phê oregano khô
- 1 muỗng cà phê thì là

- (28-ounce) lon cà chua nghiền
- ½ cốc nước, cộng thêm nếu cần
- 1 ½ chén nấu chín hoặc 1 lon (15,5 ounce) đậu pinto, để ráo nước và rửa sạch
- 1 (4-ounce) lon ớt xanh thái nhỏ, để ráo nước
- Muối và hạt tiêu đen mới xay
- 2 muỗng canh rau mùi tươi băm nhỏ

Trong một nồi nước sôi vừa, nấu tempeh trong 30 phút. Xả và để nguội, sau đó thái nhỏ và đặt sang một bên.

Trong một cái chảo lớn, đun nóng dầu. Thêm hành tây, ớt chuông và tỏi, đậy nắp và nấu cho đến khi mềm, khoảng 5 phút. Thêm tempeh và nấu, không đậy nắp, cho đến khi vàng, khoảng 5 phút. Thêm bột ớt, lá oregano và thì là. Khuấy cà chua, nước, đậu và ớt. Nêm muối và hạt tiêu đen cho vừa ăn. Trộn đều để kết hợp.

Đun sôi, sau đó giảm nhiệt xuống thấp, đậy nắp và đun nhỏ lửa trong 45 phút, thỉnh thoảng khuấy, thêm một ít nước nếu cần.

Rắc rau mùi và dùng ngay.

11. Tempeh Cacciatore

Làm từ 4 đến 6 phần ăn

- 1 pound tempeh, cắt lát mỏng
- 2 muỗng canh dầu hạt cải hoặc dầu hạt nho
- 1 củ hành đỏ vừa, cắt thành viên xúc xắc $1/2$ inch
- ớt chuông đỏ vừa, cắt thành xúc xắc $1/2$ inch
- cà rốt vừa, cắt thành $1/4$ lát inch
- 2 tép tỏi, băm nhỏ
- 1 (28-ounce) lon cà chua thái hạt lựu, để ráo nước
- $1/4$ chén rượu trắng khô
- 1 muỗng cà phê oregano khô
- 1 muỗng cà phê húng quế khô
- Muối và hạt tiêu đen mới xay

Trong một nồi nước sôi vừa, nấu tempeh trong 30 phút. Để ráo nước và lau khô.

Trong một cái chảo lớn, đun nóng 1 muỗng canh dầu trên lửa vừa. Thêm tempeh và nấu cho đến khi chín vàng cả hai mặt, tổng thời gian từ 8 đến 10 phút. Lấy ra khỏi chảo và đặt sang một bên.

Trong cùng một chảo, đun nóng 1 muỗng canh dầu còn lại trên lửa vừa. Thêm hành tây, ớt chuông, cà rốt và tỏi. Đậy nắp và nấu cho đến khi mềm, khoảng 5 phút. Thêm cà chua, rượu vang, lá oregano, húng quế, muối và tiêu đen cho vừa ăn rồi đun sôi. Giảm nhiệt xuống thấp, thêm tempeh dành riêng và đun nhỏ lửa, không đậy nắp, cho đến khi rau mềm và các hương vị hòa quyện vào nhau, khoảng 30 phút. Phục vụ ngay lập tức.

12. Tempeh Indonesia sốt dừa

Làm từ 4 đến 6 phần ăn

- 1 pound tempeh, cắt thành lát $1/4$ inch
- 2 muỗng canh dầu canola hoặc dầu hạt nho
- 1 củ hành vàng vừa, xắt nhỏ
- 3 tép tỏi, băm nhỏ
- 1 quả ớt chuông đỏ vừa, xắt nhỏ
- 1 quả ớt chuông xanh vừa, xắt nhỏ
- 1 hoặc 2 Serrano nhỏ hoặc ớt tươi nóng khác, bỏ hạt và băm nhỏ
- 1 (14,5-ounce) lon cà chua thái hạt lựu, để ráo nước
- 1 (13,5-ounce) lon nước cốt dừa không đường
- Muối và hạt tiêu đen mới xay
- $1/2$ chén đậu phộng rang không muối, xay hoặc nghiền nhỏ, để trang trí
- 2 muỗng canh rau mùi tươi băm nhỏ, để trang trí

Trong một nồi nước sôi vừa, nấu tempeh trong 30 phút. Để ráo nước và lau khô.

Trong một cái chảo lớn, đun nóng 1 muỗng canh dầu trên lửa vừa. Thêm tempeh và nấu cho đến khi vàng nâu cả hai mặt, khoảng 10 phút. Lấy ra khỏi chảo và đặt sang một bên.

Trong cùng một chảo, đun nóng 1 muỗng canh dầu còn lại trên lửa vừa. Thêm hành tây, tỏi, ớt chuông đỏ và xanh và ớt. Đậy nắp và nấu cho đến khi mềm, khoảng 5 phút. Khuấy cà chua và nước cốt dừa. Giảm nhiệt xuống thấp, thêm tempeh dành riêng, nêm muối và hạt tiêu cho vừa ăn và đun nhỏ lửa, không đậy nắp, cho đến khi nước sốt giảm nhẹ, khoảng 30 phút. Rắc đậu phộng và rau mùi lên trên và dùng ngay.

13. Gừng-đậu phộng Tempeh

Làm cho 4 phần ăn

- 1 pound tempeh, cắt thành viên xúc xắc ½ inch
- 2 muỗng canh dầu canola hoặc dầu hạt nho
- ớt chuông đỏ vừa, cắt thành xúc xắc ½ inch
- 3 tép tỏi, băm nhỏ
- bó nhỏ hành lá, xắt nhỏ
- 2 muỗng canh gừng tươi nạo
- 2 muỗng canh nước tương
- 1 muỗng canh đường
- ¼ muỗng cà phê ớt đỏ nghiền
- 1 muỗng canh bột bắp
- 1 ly nước
- 1 chén đậu phộng rang không muối giã nhỏ
- 2 muỗng canh rau mùi tươi băm nhỏ

Trong một nồi nước sôi vừa, nấu tempeh trong 30 phút. Để ráo nước và lau khô. Trong chảo hoặc chảo lớn, đun nóng dầu trên lửa vừa. Thêm tempeh và nấu cho đến khi có màu nâu nhạt, khoảng 8 phút. Thêm ớt chuông và xào cho đến khi mềm, khoảng 5 phút. Thêm tỏi, hành lá và gừng vào xào cho đến khi có mùi thơm trong 1 phút.

Trong một bát nhỏ, kết hợp nước tương, đường, ớt đỏ nghiền, bột bắp và nước. Trộn đều, sau đó đổ vào chảo. Nấu, khuấy trong 5 phút, cho đến khi hơi đặc lại. Khuấy đậu phộng và rau mùi. Phục vụ ngay lập tức.

14. Tempeh với khoai tây và bắp cải

Làm cho 4 phần ăn

- 1 pound tempeh, cắt thành viên xúc xắc 1/2 inch
- 2 muỗng canh dầu canola hoặc dầu hạt nho
- 1 củ hành vàng vừa, xắt nhỏ
- 1 củ cà rốt vừa, xắt nhỏ
- 1 1/2 muỗng canh ớt bột Hungary ngọt
- 2 củ khoai tây nâu vừa, gọt vỏ và cắt thành viên xúc xắc 1/2 inch
- 3 chén bắp cải thái nhỏ
- 1 (14,5-ounce) lon cà chua thái hạt lựu, để ráo nước
- 1/4 chén rượu trắng khô
- 1 chén nước dùng rau củ, tự làm (xem Nước dùng rau củ nhẹ) hoặc muối mua ở cửa hàng và hạt tiêu đen mới xay
- 1/2 cốc kem chua thuần chay, tự làm (xem Kem chua đậu phụ) hoặc mua ở cửa hàng (tùy chọn)

Trong một nồi nước sôi vừa, nấu tempeh trong 30 phút. Để ráo nước và lau khô.

Trong một cái chảo lớn, đun nóng 1 muỗng canh dầu trên lửa vừa. Thêm tempeh và nấu cho đến khi vàng nâu cả hai mặt, khoảng 10 phút. Loại bỏ tempeh và đặt sang một bên.

Trong cùng một chảo, đun nóng 1 muỗng canh dầu còn lại trên lửa vừa. Thêm hành tây và cà rốt, đậy nắp và nấu cho đến khi mềm, khoảng 10 phút. Khuấy ớt bột, khoai tây, bắp cải, cà chua, rượu và nước dùng rồi đun sôi. Nêm muối và hạt tiêu cho vừa ăn

Giảm nhiệt xuống mức trung bình, thêm tempeh và đun nhỏ lửa, không đậy nắp, trong 30 phút hoặc cho đến khi rau mềm và hương vị hòa quyện. Đánh kem chua, nếu sử dụng, và phục vụ ngay lập tức.

15. Nam Succotash hầm

Làm cho 4 phần ăn

- 10 ounce tempeh
- 2 muỗng canh dầu ô liu
- 1 củ hành vàng ngọt lớn, thái nhỏ
- 2 củ khoai tây nâu vừa, gọt vỏ và cắt thành viên xúc xắc $1/2$ inch
- 1 (14,5-ounce) lon cà chua thái hạt lựu, để ráo nước
- 1 (16-ounce) gói succotash đông lạnh
- 2 cốc nước luộc rau, tự làm (xem Nước luộc rau nhạt) hoặc mua ở cửa hàng, hoặc nước
- 2 muỗng canh nước tương
- 1 muỗng cà phê mù tạt khô
- 1 muỗng cà phê đường
- $1/2$ muỗng cà phê cỏ xạ hương khô
- $1/2$ thìa cà phê hạt tiêu xay
- $1/4$ muỗng cà phê cayenne xay
- Muối và hạt tiêu đen mới xay

Trong một nồi nước sôi vừa, nấu tempeh trong 30 phút. Để ráo nước, lau khô và cắt thành xúc xắc 1 inch.

Trong một cái chảo lớn, đun nóng 1 muỗng canh dầu trên lửa vừa. Thêm tempeh và nấu cho đến khi chín vàng cả hai mặt, khoảng 10 phút. Để qua một bên.

Trong một cái chảo lớn, đun nóng 1 muỗng canh dầu còn lại trên lửa vừa. Thêm hành tây và nấu cho đến khi mềm, 5 phút. Thêm khoai tây, cà rốt, cà chua, succotash, nước dùng, nước tương, mù tạt, đường, cỏ xạ hương, hạt tiêu và ớt cayenne. Nêm muối và hạt tiêu cho vừa ăn. Đun sôi, sau đó giảm nhiệt xuống thấp và thêm tempeh. Đun nhỏ lửa, đậy nắp, cho đến khi rau mềm, thỉnh thoảng khuấy, khoảng 45 phút.

Khoảng 10 phút trước khi món hầm nấu xong, cho khói lỏng vào khuấy đều. Nếm thử, điều chỉnh gia vị nếu cần

Phục vụ ngay lập tức.

16. Thịt hầm Jambalaya nướng

Làm cho 4 phần ăn

- 10 ounce tempeh
- 2 muỗng canh dầu ô liu
- 1 củ hành vàng vừa, xắt nhỏ
- 1 quả ớt chuông xanh vừa, xắt nhỏ
- 2 tép tỏi, băm nhỏ
- 1 lon (28-ounce) cà chua thái hạt lựu, không để ráo nước

- $1/2$ chén gạo trắng
- $1\ 1/2$ cốc nước luộc rau, tự làm (xem Nước luộc rau nhạt) hoặc mua ở cửa hàng, hoặc nước
- $1/$ chén nấu chín hoặc 1_{lon} (15,5 ounce) đậu đỏ sẫm, để ráo nước và rửa sạch
- 1 muỗng canh mùi tây tươi xắt nhỏ
- $1\ 1/2$ thìa cà phê gia vị Cajun
- 1 muỗng cà phê cỏ xạ hương khô
- $1/2$ muỗng cà phê muối
- $1/4$ muỗng cà phê tiêu đen mới xay

Trong một nồi nước sôi vừa, nấu tempeh trong 30 phút. Để ráo nước và lau khô. Cắt thành $1/$con xúc xắc 2 inch. Làm nóng lò ở 350°F.

Trong một cái chảo lớn, đun nóng 1 muỗng canh dầu trên lửa vừa. Thêm tempeh và nấu cho đến khi chín vàng cả hai mặt, khoảng 8 phút. Chuyển tempeh vào đĩa nướng 9 x 13 inch và đặt sang một bên.

Trong cùng một chảo, đun nóng 1 muỗng canh dầu còn lại trên lửa vừa. Thêm hành tây, ớt chuông và tỏi. Đậy nắp và nấu cho đến khi rau mềm, khoảng 7 phút.

Thêm hỗn hợp rau vào đĩa nướng với tempeh. Khuấy cà chua với chất lỏng của chúng, cơm, nước dùng, đậu tây, rau mùi tây, gia vị Cajun, cỏ xạ hương, muối và tiêu đen. Trộn đều, sau đó đậy kín và nướng cho đến khi gạo mềm, khoảng 1 giờ. Phục vụ ngay lập tức.

17. Tempeh và bánh khoai lang

Làm cho 4 phần ăn

- 8 ounce tempeh
- 3 củ khoai lang vừa, gọt vỏ và cắt thành viên xúc xắc $1/2$ inch
- 2 muỗng canh bơ thực vật thuần chay
- $1/4$ cốc sữa đậu nành không đường
- Muối và hạt tiêu đen mới xay
- 2 muỗng canh dầu ô liu
- 1 củ hành vàng vừa, thái nhỏ
- 2 củ cà rốt vừa, xắt nhỏ
- 1 chén đậu Hà Lan đông lạnh, rã đông
- 1 chén hạt ngô đông lạnh, rã đông
- $1/2$ chén sốt nấm
- $1/2$ muỗng cà phê cỏ xạ hương khô

Trong một nồi nước sôi vừa, nấu tempeh trong 30 phút. Để ráo nước và lau khô. Thái nhỏ tempeh và đặt nó sang một bên.

Hấp khoai lang cho đến khi mềm, khoảng 20 phút. Làm nóng lò ở 350 °F. Nghiền khoai lang với bơ thực vật, sữa đậu nành, muối và hạt tiêu cho vừa ăn. Để qua một bên.

Trong một cái chảo lớn, đun nóng 1 muỗng canh dầu trên lửa vừa. Thêm hành tây và cà rốt, đậy nắp và nấu cho đến khi mềm, khoảng 10 phút. Chuyển sang chảo nướng 10 inch.

Trong cùng một chảo, đun nóng 1 muỗng canh dầu còn lại trên lửa vừa. Thêm tempeh và nấu cho đến khi chín cả hai mặt, 8 đến 10 phút. Thêm tempeh vào chảo nướng với hành tây và cà rốt. Khuấy đậu Hà Lan, ngô và sốt nấm. Thêm húng tây và muối và hạt tiêu cho vừa ăn. Khuấy để kết hợp.

Rải khoai lang nghiền lên trên, dùng thìa dàn đều ra các mép chảo. Nướng cho đến khi khoai tây có màu nâu nhạt và nhân nóng, khoảng 40 phút. Phục vụ ngay lập tức.

18. Cà tím và mì ống nhồi Tempeh

Làm cho 4 phần ăn

- 8 ounce tempeh
- 1 quả cà tím vừa
- 12 vỏ mì lớn
- 1 tép tỏi, nghiền
- $1/4$ muỗng cà phê cayenne xay
- Muối và hạt tiêu đen mới xay
- Làm khô vụn bánh mì không tẩm gia vị

- 3 chén nước sốt marinara, tự làm (xem Sốt Marinara) hoặc mua ở cửa hàng

Trong một nồi nước sôi vừa, nấu tempeh trong 30 phút. Để ráo nước và đặt sang một bên để làm mát.

Làm nóng lò ở 450 °F. Dùng nĩa chọc thủng cà tím và nướng trên khay nướng đã phết dầu nhẹ cho đến khi mềm, khoảng 45 phút.

Trong khi nướng cà tím, nấu vỏ mì ống trong nồi nước muối đang sôi, thỉnh thoảng khuấy cho đến khi chín, khoảng 7 phút. Xả và chạy dưới vòi nước lạnh. Để qua một bên.

Lấy cà tím ra khỏi lò, bổ đôi theo chiều dọc và để ráo nước. Giảm nhiệt độ lò xuống 350°F. Tra dầu nhẹ vào chảo nướng 9 x 13 inch. Trong một bộ xử lý thực phẩm, xử lý tỏi cho đến khi nghiền mịn. Thêm tempeh và xung cho đến khi xay thô. Cạo cùi cà tím ra khỏi vỏ và cho vào máy xay thực phẩm cùng với tempeh và tỏi. Thêm cayenne, nêm muối và hạt tiêu cho vừa ăn, và đập để kết hợp. Nếu nhân lỏng, hãy thêm một ít vụn bánh mì.

Trải một lớp nước sốt cà chua dưới đáy đĩa nướng đã chuẩn bị. Nhồi nhân vào vỏ cho đến khi gói kỹ.

Sắp xếp vỏ sò lên trên nước sốt và đổ phần nước sốt còn lại lên trên và xung quanh vỏ sò. Đậy bằng giấy bạc và nướng cho đến khi nóng, khoảng 30 phút. Mở nắp, rắc Parmesan và nướng thêm 10 phút nữa. Phục vụ ngay lập tức.

19. Mì Singapore với Tempeh

Làm cho 4 phần ăn

- 8 ounces tempeh, cắt thành viên xúc xắc $1/2$ inch
- 8 lạng bún gạo
- 1 muỗng canh dầu mè nướng
- 2 muỗng canh dầu hạt cải hoặc dầu hạt nho
- 4 muỗng canh nước tương
- $1/3$ chén bơ đậu phộng kem
- $1/2$ cốc nước cốt dừa không đường
- $1/2$ cốc nước
- 1 muỗng canh nước cốt chanh tươi
- 1 muỗng cà phê đường nâu nhạt
- $1/2$ muỗng cà phê cayenne xay
- 1 quả ớt chuông đỏ vừa, xắt nhỏ

- 3 chén bắp cải thái nhỏ
- 3 tép tỏi
- 1 chén hành lá xắt nhỏ
- 2 muỗng cà phê gừng tươi nạo
- 1 chén đậu Hà Lan đông lạnh, rã đông
- Muối ăn
- $1/4$ chén đậu phộng rang không muối xắt nhỏ, để trang trí
- 2 muỗng canh rau mùi tươi băm nhỏ, để trang trí

Trong một nồi nước sôi vừa, nấu tempeh trong 30 phút. Xả và thấm khô. Ngâm bún gạo trong một bát nước nóng lớn cho đến khi mềm, khoảng 5 phút. Để ráo nước, rửa sạch và chuyển vào một cái bát lớn. Quăng với dầu mè và đặt sang một bên.

Trong một cái chảo lớn, đun nóng 1 muỗng canh dầu hạt cải trên lửa vừa và cao. Thêm tempeh đã nấu chín và nấu cho đến khi chín vàng đều các mặt, thêm 1 muỗng canh nước tương để tăng thêm màu sắc và hương vị. Lấy tempeh ra khỏi chảo và đặt sang một bên.

Trong máy xay sinh tố hoặc máy xay thực phẩm, kết hợp bơ đậu phộng, nước cốt dừa, nước, nước cốt chanh, đường, ớt cayenne và 3 muỗng canh nước tương còn lại. Xử lý cho đến khi mịn và đặt sang một bên.

Trong một cái chảo lớn, đun nóng 1 muỗng canh dầu hạt cải còn lại trên lửa vừa và cao. Thêm ớt chuông, bắp cải, tỏi, hành lá và gừng vào nấu, thỉnh thoảng khuấy cho đến khi mềm, khoảng 10 phút. Giảm nhiệt xuống thấp; cho đậu Hà Lan, tempeh đã chín vàng và mì đã mềm vào khuấy đều. Khuấy nước sốt, thêm muối cho vừa ăn và đun nhỏ lửa cho đến khi nóng.

Chuyển sang một bát phục vụ lớn, trang trí với đậu phộng xắt nhỏ và rau mùi, và phục vụ.

20. Tempeh thịt xông khói

Làm cho 4 phần ăn

6 ounce tempeh
2 muỗng canh dầu hạt cải hoặc dầu hạt nho
2 muỗng canh nước tương
$1/2$ muỗng cà phê khói lỏng

Trong một nồi nước sôi vừa, nấu tempeh trong 30 phút. Để nguội, sau đó lau khô và cắt thành dải $1/8$ inch.

Trong một cái chảo lớn, đun nóng dầu trên lửa vừa. Thêm các lát tempeh và chiên cả hai mặt cho đến khi chín vàng, khoảng 3 phút mỗi mặt. Rưới nước tương và khói lỏng, cẩn thận để không bắn tung tóe. Biến tempeh thành áo khoác. Phục vụ nóng.

21. Mỳ Ý Và T-Balls

Làm cho 4 phần ăn

- 1 pound tempeh
- 2 hoặc 3 tép tỏi, băm nhỏ
- 3 muỗng canh mùi tây tươi băm nhỏ
- 3 muỗng canh nước tương
- 1 muỗng canh dầu ô liu, cộng với nhiều hơn để nấu ăn
- ¾ chén vụn bánh mì tươi
- ⅓ chén bột gluten lúa mì (gluten lúa mì quan trọng)
- 3 muỗng canh men dinh dưỡng
- ½ muỗng cà phê oregano khô
- ½ muỗng cà phê muối

- ¹/₄ muỗng cà phê tiêu đen mới xay
- mì spaghetti 1 pound
- 3 chén nước sốt marinara, tự làm (xem bên trái) hoặc mua ở cửa hàng

Trong một nồi nước sôi vừa, nấu tempeh trong 30 phút. Xả tốt và cắt thành khối.

Cho tempeh đã nấu chín vào máy xay thực phẩm, thêm tỏi và rau mùi tây, và đập cho đến khi xay thô. Thêm nước tương, dầu ô liu, vụn bánh mì, bột gluten, men, lá oregano, muối và hạt tiêu đen và trộn đều, để lại một ít kết cấu. Cạo hỗn hợp tempeh vào một cái bát và dùng tay nhào hỗn hợp cho đến khi trộn đều, từ 1 đến 2 phút. Dùng tay vo hỗn hợp thành những viên nhỏ, đường kính không lớn hơn ₁∕inch. Lặp lại với hỗn hợp tempeh còn lại.

Trong một chảo lớn có dầu nhẹ, đun nóng một lớp dầu mỏng trên lửa vừa. Thêm các viên hình chữ T, theo mẻ nếu cần và nấu cho đến khi chín vàng, chuyển chúng vào chảo nếu cần để chín vàng đều, từ 15 đến 20 phút. Ngoài ra, bạn có thể sắp xếp các viên bột hình chữ T trên khay nướng đã bôi dầu và nướng ở nhiệt độ 350°F trong 25 đến 30 phút, lật một lần khoảng nửa chừng.

Trong một nồi nước muối sôi lớn, đun mì spaghetti trên lửa vừa và cao, thỉnh thoảng khuấy cho đến khi chín, khoảng 10 phút.

Trong khi mì spaghetti đang nấu, đun sốt marinara trong một cái chảo vừa trên lửa vừa cho đến khi nóng.

Khi mì ống đã chín, để ráo nước và chia thành 4 đĩa ăn tối hoặc bát mì ống cạn. Lên trên mỗi khẩu phần với một vài quả bóng chữ T. Múc sốt lên T-Balls và spaghetti, dùng nóng. Kết hợp bất kỳ viên T-ball và nước sốt còn lại nào trong bát phục vụ và phục vụ.

22. Paglia E Fieno với đậu Hà Lan

Làm cho 4 phần ăn

- $1/3$ chén cộng với 1 muỗng canh dầu ô liu
- 2 củ hẹ vừa, băm nhỏ
- $1/4$ chén thịt xông khói tempeh xắt nhỏ, tự làm (xem Tempeh Bacon) hoặc mua ở cửa hàng (tùy chọn)
- Muối và hạt tiêu đen mới xay
- 8 ounces linguine lúa mì thông thường hoặc nguyên cám
- 8 ounce rau bina linguine
- Parmesan thuần chay hoặc Parmasio

Trong một cái chảo lớn, đun nóng 1 muỗng canh dầu trên lửa vừa. Thêm hẹ và nấu cho đến khi mềm, khoảng 5 phút. Thêm thịt xông khói tempeh, nếu sử dụng và nấu cho đến khi có màu nâu đẹp mắt. Khuấy nấm và nấu cho đến khi mềm, khoảng 5 phút. Nêm muối và hạt tiêu cho vừa ăn. Khuấy đậu Hà Lan và $1/3$ chén dầu còn lại. Đậy nắp và giữ ấm ở nhiệt độ rất thấp.

Trong một nồi nước muối sôi lớn, nấu mì ống trên lửa vừa và cao, thỉnh thoảng khuấy cho đến khi chín, khoảng 10 phút. Để ráo nước và chuyển sang một bát phục vụ lớn.

Thêm nước sốt, nêm muối và hạt tiêu cho vừa ăn và rắc phô mai Parmesan. Quăng nhẹ nhàng để kết hợp và phục vụ ngay lập tức.

THỊ T TRẮNG

23. Seitan hầm cơ bản

Làm cho khoảng 2 bảng Anh

thịt trắng

- 1¾ chén bột gluten lúa mì (gluten lúa mì quan trọng)
- ½ muỗng cà phê muối
- ½ thìa cà phê bột hành
- ¼ muỗng cà phê ớt bột ngọt
- 1 muỗng canh dầu ô liu
- 2 muỗng canh nước tương
- 1 ⅔ cốc nước lạnh

Chất lỏng sôi:

- 2 lít nước
- ¹/₂ chén nước tương
- 2 tép tỏi, nghiền nát

Làm seitan: Trong máy xay thực phẩm, kết hợp bột gluten lúa mì, men dinh dưỡng, muối, bột hành và ớt bột. Pulse để pha trộn. Thêm dầu, nước tương và nước và chế biến trong một phút để tạo thành bột nhão. Chuyển hỗn hợp ra một bề mặt làm việc có rắc nhẹ bột và nhào cho đến khi mịn và đàn hồi, khoảng 2 phút.

Làm chất lỏng sôi: Trong một cái chảo lớn, kết hợp nước, nước tương và tỏi.

Chia bột seitan thành 4 phần bằng nhau và đặt vào chất lỏng đang sôi. Đun sôi ở nhiệt độ trung bình cao, sau đó giảm nhiệt xuống mức trung bình thấp, đậy nắp và đun nhỏ lửa, thỉnh thoảng quay trong 1 giờ. Tắt lửa và để seitan nguội trong chất lỏng. Sau khi nguội, seitan có thể được sử dụng trong các công thức nấu ăn hoặc làm lạnh ở dạng lỏng trong hộp đậy kín trong tối đa một tuần hoặc đông lạnh trong tối đa 3 tháng.

24. Seitan nướng nhồi bông nướng

Làm cho 6 phần ăn

- 1 công thức Cơ bản Simmered Seitan, chưa nấu chín
- 1 muỗng canh dầu ô liu
- 1 củ hành vàng nhỏ, băm nhỏ
- 1 sườn cần tây, băm nhỏ
- $1/2$ muỗng cà phê cỏ xạ hương khô
- $1/2$ muỗng cà phê cây xô thơm khô
- $1/2$ cốc nước, hoặc nhiều hơn nếu cần
- Muối và hạt tiêu đen mới xay
- 2 chén bánh mì tươi
- $1/4$ chén mùi tây tươi băm nhỏ

Đặt seitan thô lên một bề mặt làm việc đã được rắc nhẹ bột mì và dùng tay rắc nhẹ bột mì cho đến khi phẳng và dày khoảng 1 inch. Đặt mì căn dẹt vào giữa hai tấm màng bọc thực phẩm hoặc giấy da. Sử dụng một cây lăn để làm phẳng nó nhiều nhất có thể (nó sẽ đàn hồi và bền). Đặt một tấm nướng bánh đã đè nặng một gallon nước hoặc đồ hộp lên trên và để yên trong khi bạn làm nhân.

Trong một cái chảo lớn, đun nóng dầu trên lửa vừa. Thêm hành tây và cần tây. Đậy nắp và nấu cho đến khi mềm, 10 phút. Khuấy cỏ xạ hương, cây xô thơm, nước, muối và hạt tiêu cho vừa ăn. Loại bỏ nhiệt và đặt sang một bên. Đặt bánh mì và mùi tây vào một bát trộn lớn. Thêm hỗn hợp hành tây và trộn đều, thêm một chút nước nếu nhồi quá khô. Hương vị, điều chỉnh gia vị nếu cần thiết. Nếu cần. Để qua một bên.

Làm nóng lò ở 350°F. Thoa dầu nhẹ vào chảo nướng 9 x 13 inch và đặt sang một bên. Cán mỏng seitan dẹt bằng cây cán cho đến khi dày khoảng 1/4 inch. Trải đều chất nhồi trên bề mặt của seitan và cuộn lại cẩn thận và đều. Đặt mặt đường nướng xuống trong chảo nướng đã chuẩn bị. Xoa một ít dầu lên mặt và các mặt của vỉ nướng rồi nướng, đậy nắp trong 45 phút, sau đó không đậy nắp và nướng cho đến khi thịt chín và có màu nâu bóng, lâu hơn khoảng 15 phút.

Lấy ra khỏi lò và đặt sang một bên trong 10 phút trước khi cắt. Sử dụng một con dao có răng cưa để cắt nó thành các lát 1/2 inch. Lưu ý: Để cắt lát dễ dàng nhất, hãy nướng trước và để nguội hoàn toàn trước khi cắt. Cắt lát tất cả hoặc một phần thịt nướng rồi hâm nóng trong lò, đậy kín nắp trong 15 đến 20 phút trước khi ăn.

25. Seitan nồi nướng

Làm cho 4 phần ăn

- 1 công thức Seitan hầm cơ bản
- 2 muỗng canh dầu ô liu
- 3 đến 4 củ hẹ vừa, giảm một nửa theo chiều dọc
- 1 pound khoai tây vàng Yukon, gọt vỏ và cắt thành khối 2 inch
- $1/2$ muỗng cà phê mặn khô
- $1/4$ muỗng cà phê cây xô thơm
- Muối và hạt tiêu đen mới xay
- Cải ngựa, để phục vụ

Làm theo hướng dẫn để làm Seitan Simmered Cơ bản, nhưng chia bột mì seitan thành 2 phần thay vì 4 phần trước khi ninh. Sau khi seitan nguội trong nước dùng của nó trong 30 phút, lấy nó ra khỏi chảo và đặt sang một bên. Dự trữ chất lỏng nấu ăn, loại bỏ bất kỳ chất rắn nào. Dự trữ 1 miếng seitan (khoảng 1 pound) để sử dụng trong tương lai bằng cách đặt nó vào một cái bát và phủ một ít chất lỏng nấu ăn đã để sẵn lên trên. Hãy bọc lại lá và làm lạnh nó cho tới khi cần dùng. Nếu không sử dụng trong vòng 3 ngày, hãy làm nguội seitan hoàn toàn, bọc chặt và để đông lạnh.

Trong một cái chảo lớn, đun nóng 1 muỗng canh dầu trên lửa vừa. Thêm hẹ và cà rốt. Đậy nắp và nấu trong 5 phút. Thêm khoai tây, húng tây, mặn, xô thơm, muối và hạt tiêu cho vừa ăn. Thêm 1 $^{1}/_{2}$ cốc chất lỏng nấu ăn dành riêng và đun sôi. Giảm nhiệt xuống thấp và nấu, đậy nắp, trong 20 phút.

Chà seitan dành riêng với 1 muỗng canh dầu còn lại và ớt bột. Đặt mì căn lên trên rau củ đang ninh nhừ. Đậy nắp và tiếp tục nấu cho đến khi rau mềm, khoảng 20 phút nữa. Cắt seitan thành những lát mỏng và sắp xếp trên một đĩa phục vụ lớn được bao quanh bởi các loại rau đã nấu chín. Phục vụ ngay lập tức, với cải ngựa ở bên cạnh.

26. Bữa tối Lễ tạ ơn gần một món

Làm cho 6 phần ăn

- 2 muỗng canh dầu ô liu
- 1 chén hành tây thái nhỏ
- 2 xương sườn cần tây, thái nhỏ
- 2 chén nấm trắng thái lát
- ½ muỗng cà phê cỏ xạ hương khô
- ½ muỗng cà phê mặn khô
- ½ muỗng cà phê cây xô thơm
- Nhúm hạt nhục đậu khấu
- Muối và hạt tiêu đen mới xay
- 2 chén bánh mì tươi

- 2 ½ cốc nước dùng rau, tự làm (xem Nước dùng rau nhẹ) hoặc mua ở cửa hàng
- ⅓ chén quả nam việt quất khô có đường
- 8 ounce đậu phụ siêu cứng, để ráo nước và cắt thành lát ¼ inch
- 8 ounce seitan, tự làm hoặc mua ở cửa hàng, thái lát rất mỏng
- 2 ½ chén Khoai tây nghiền cơ bản
- 1 tờ bánh phồng đông lạnh, rã đông

Làm nóng lò ở 400 °F. Thoa dầu nhẹ lên đĩa nướng hình vuông 10 inch. Trong một cái chảo lớn, đun nóng dầu trên lửa vừa. Thêm hành tây và cần tây. Đậy nắp và nấu cho đến khi mềm, khoảng 5 phút. Khuấy nấm, cỏ xạ hương, mặn, xô thơm, nhục đậu khấu, muối và hạt tiêu cho vừa ăn. Nấu, không đậy nắp, cho đến khi nấm mềm, lâu hơn khoảng 3 phút. Để qua một bên.

Trong một bát lớn, kết hợp các khối bánh mì với lượng nước dùng cần thiết để làm ẩm (khoảng

1 ½ cốc). Thêm hỗn hợp rau đã nấu chín, quả óc chó và quả nam việt quất. Khuấy để trộn đều và đặt sang một bên.

Trong cùng một cái chảo, đun sôi 1 chén nước dùng còn lại, giảm lửa ở mức trung bình, thêm đậu phụ vào và đun nhỏ lửa, không đậy nắp, cho đến khi nước dùng được hấp thụ, khoảng 10 phút. Để qua một bên.

Trải một nửa số nhân đã chuẩn bị vào đáy đĩa nướng đã chuẩn bị, tiếp theo là một nửa seitan, một nửa đậu phụ và một nửa nước sốt nâu. Lặp lại lớp với phần nhồi còn lại, seitan, đậu phụ và nước sốt.

27. Seitan Milanese với Panko và chanh

Làm cho 4 phần ăn

- 2 chén panko
- $1/4$ chén mùi tây tươi băm nhỏ
- $1/2$ muỗng cà phê muối
- $1/4$ muỗng cà phê tiêu đen mới xay
- 1 pound seitan, tự làm hoặc mua ở cửa hàng, cắt $1/4$ lát inch
- 2 muỗng canh dầu ô liu
- 1 quả chanh, cắt thành nêm

Làm nóng lò ở 250 °F. Trong một bát lớn, kết hợp panko, rau mùi tây, muối và hạt tiêu. Làm ẩm seitan với một ít nước và nhúng nó vào hỗn hợp panko.

Trong một cái chảo lớn, đun nóng dầu trên lửa vừa và cao. Thêm seitan và nấu, trở một lần, cho đến khi vàng nâu, làm theo mẻ nếu cần. Chuyển seitan đã nấu chín sang khay nướng và giữ ấm trong lò trong khi bạn nấu phần còn lại. Phục vụ ngay lập tức, với chanh.

28. Seitan vỏ mè

Làm cho 4 phần ăn

- ¹/₃ chén hạt vừng
- ¹/₃ chén bột mì đa dụng
- ¹/₂ muỗng cà phê muối
- ¹/₄ muỗng cà phê tiêu đen mới xay
- ¹/₂ cốc sữa đậu nành không đường
- 1 pound seitan, seitan tự làm hoặc mua ở cửa hàng, cắt thành lát ¹/₄ inch
- 2 muỗng canh dầu ô liu

Đặt hạt mè vào chảo khô trên lửa vừa và nướng cho đến khi vàng nhạt, khuấy liên tục trong 3 đến 4 phút. Để nguội, sau đó xay chúng trong máy xay thực phẩm hoặc máy xay gia vị.

Cho hạt mè đã xay vào một cái bát cạn và thêm bột mì, muối và hạt tiêu, trộn đều. Cho sữa đậu nành vào một cái bát nông. Nhúng mì căn vào sữa đậu nành, sau đó nhúng vào hỗn hợp vừng.

Trong một cái chảo lớn, đun nóng dầu trên lửa vừa. Thêm seitan, theo mẻ nếu cần và nấu cho đến khi giòn và có màu vàng nâu ở cả hai mặt, khoảng 10 phút. Phục vụ ngay lập tức.

29. Seitan với atisô và ô liu

Làm cho 4 phần ăn

- 2 muỗng canh dầu ô liu
- 1 pound seitan, tự làm hoặc mua ở cửa hàng, cắt thành lát $1/4$ inch
- 2 tép tỏi, băm nhỏ
- 1 (14,5-ounce) lon cà chua thái hạt lựu, để ráo nước
- $1\ 1/2$ cốc tim atisô (đã nấu chín) đóng hộp hoặc đông lạnh, cắt thành $1/$ lát $_4$ inch
- 1 muỗng canh nụ bạch hoa
- 2 muỗng canh mùi tây tươi xắt nhỏ
- Muối và hạt tiêu đen mới xay
- 1 chén Tofu Feta (tùy chọn)

Làm nóng lò ở 250°F. Trong một cái chảo lớn, đun nóng 1 muỗng canh dầu trên lửa vừa và cao. Thêm mì căn và chiên vàng cả hai mặt, khoảng 5 phút. Chuyển seitan vào đĩa cách nhiệt và giữ ấm trong lò.

Trong cùng một chảo, đun nóng 1 muỗng canh dầu còn lại trên lửa vừa. Thêm tỏi và nấu cho đến khi có mùi thơm, khoảng 30 giây. Thêm cà chua, trái atisô, ô liu, nụ bạch hoa và rau mùi tây. Nêm muối và hạt tiêu cho vừa ăn và nấu cho đến khi nóng, khoảng 5 phút. Để qua một bên.

Đặt seitan lên đĩa phục vụ, phủ hỗn hợp rau lên trên và rắc đậu phụ feta, nếu dùng. Phục vụ ngay lập tức.

30. Seitan với sốt Ancho-Chipotle

Làm cho 4 phần ăn

- 2 muỗng canh dầu ô liu
- 1 củ hành vừa, xắt nhỏ
- 2 củ cà rốt vừa, xắt nhỏ
- 2 tép tỏi, băm nhỏ
- 1 (28-ounce) lon cà chua rang cháy
- $1/2$ cốc nước dùng rau củ, tự làm (xem Nước dùng rau củ nhẹ) hoặc mua ở cửa hàng
- 2 quả ớt khô
- 1 quả ớt chipotle khô

- ¹/₂ chén bột ngô vàng
- ¹/₂ muỗng cà phê muối
- ¹/₄ muỗng cà phê tiêu đen mới xay
- 1 pound seitan, tự làm hoặc mua ở cửa hàng, cắt thành lát ¹/₄ inch

Trong một cái chảo lớn, đun nóng 1 muỗng canh dầu trên lửa vừa. Thêm hành tây và cà rốt, đậy nắp và nấu trong 7 phút. Thêm tỏi và nấu 1 phút. Cho cà chua, nước dùng, ớt ancho và chipotle vào khuấy đều. Đun nhỏ lửa, không đậy nắp, trong 45 phút, sau đó đổ nước sốt vào máy xay sinh tố và xay cho đến khi mịn. Quay trở lại chảo và giữ ấm ở nhiệt độ rất thấp.

Trong một bát nông, kết hợp bột ngô với muối và hạt tiêu. Nạo seitan trong hỗn hợp bột ngô, phủ đều.

Trong một cái chảo lớn, đun nóng 2 muỗng canh dầu còn lại trên lửa vừa. Thêm seitan và nấu cho đến khi chín cả hai mặt, tổng cộng khoảng 8 phút. Ăn ngay với nước sốt ớt.

31. Seitan Piccata

Làm cho 4 phần ăn

- 1 pound seitan, tự làm hoặc mua ở cửa hàng, cắt thành $1/4$ lát inch Muối và hạt tiêu đen mới xay
- $1/2$ chén bột mì đa dụng
- 2 muỗng canh dầu ô liu
- 1 củ hẹ vừa, băm nhỏ
- 2 tép tỏi, băm nhỏ
- 2 muỗng canh nụ bạch hoa
- $1/3$ chén rượu trắng
- $1/3$ cốc nước dùng rau củ, tự làm (xem Nước dùng rau củ nhẹ) hoặc mua ở cửa hàng
- 2 thìa nước cốt chanh tươi
- 2 muỗng canh bơ thực vật thuần chay
- 2 muỗng canh mùi tây tươi băm nhỏ

Làm nóng lò ở nhiệt độ 275°F. Nêm mì căn với muối và hạt tiêu cho vừa ăn rồi cho bột mì vào.

Trong một cái chảo lớn, đun nóng 2 muỗng canh dầu trên lửa vừa. Thêm mì căn nạo vét và nấu cho đến khi có màu nâu nhạt ở cả hai mặt, khoảng 10 phút. Chuyển seitan vào đĩa cách nhiệt và giữ ấm trong lò.

Trong cùng một chảo, đun nóng 1 muỗng canh dầu còn lại trên lửa vừa. Thêm hẹ và tỏi, nấu trong 2 phút, sau đó cho nụ bạch hoa, rượu và nước dùng vào khuấy đều. Đun nhỏ lửa trong một hoặc hai phút để giảm bớt một chút, sau đó thêm nước cốt chanh, bơ thực vật và rau mùi tây, khuấy đều cho đến khi bơ thực vật hòa vào nước sốt. Rưới nước sốt lên mì căn đã chín vàng và dùng ngay.

32. Seitan ba hạt

Làm cho 4 phần ăn

- ¼ chén hạt hướng dương đã bóc vỏ không ướp muối
- ¼ chén hạt bí ngô không vỏ (pepitas)
- ¼ chén hạt mè
- ¾ chén bột mì đa dụng
- 1 muỗng cà phê rau mùi
- 1 muỗng cà phê ớt bột hun khói
- ½ muỗng cà phê muối
- ¼ muỗng cà phê tiêu đen mới xay
- 1 pound seitan, tự làm hoặc mua ở cửa hàng, cắt thành miếng vừa ăn
- 2 muỗng canh dầu ô liu

Trong một bộ xử lý thực phẩm, kết hợp hạt hướng dương, hạt bí ngô và hạt vừng và nghiền thành bột. Chuyển sang một cái bát cạn, thêm bột mì, rau mùi, ớt bột, muối và hạt tiêu rồi khuấy đều.

Làm ẩm các miếng seitan bằng nước, sau đó nhúng hỗn hợp hạt vào để phủ hoàn toàn.

Trong một cái chảo lớn, đun nóng dầu trên lửa vừa. Thêm seitan và nấu cho đến khi vàng nhẹ và giòn cả hai mặt. Phục vụ ngay lập tức.

33. Fajitas không biên giới

Làm cho 4 phần ăn

- 1 muỗng canh dầu ô liu
- 1 củ hành tím nhỏ, xắt nhỏ
- 10 ounce seitan, tự làm hoặc mua ở cửa hàng, cắt thành dải $1/2$ inch
- $1/4$ chén ớt xanh băm nhỏ hoặc cay nóng đóng hộp
- Muối và hạt tiêu đen mới xay
- bánh bột mì mềm (10 inch)
- 2 chén salsa cà chua, tự làm (xem Salsa cà chua tươi) hoặc mua ở cửa hàng

Trong một cái chảo lớn, đun nóng dầu trên lửa vừa. Thêm hành tây, đậy nắp và nấu cho đến khi mềm, khoảng 7 phút. Thêm seitan và nấu, không đậy nắp, trong 5 phút.

Thêm khoai lang, ớt, lá oregano, muối và hạt tiêu cho vừa ăn, khuấy đều để trộn đều. Tiếp tục nấu cho đến khi hỗn hợp nóng và hương vị được kết hợp tốt, thỉnh thoảng khuấy, khoảng 7 phút.

Làm ấm bánh ngô trong chảo khô. Đặt từng chiếc bánh tortilla vào một cái bát cạn. Thìa hỗn hợp seitan và khoai lang vào bánh ngô, sau đó đổ khoảng $1/3$ cốc salsa lên trên mỗi chiếc bánh. rắc từng cái bát với 1 muỗng canh ô liu, nếu sử dụng. Phục vụ ngay lập tức, với bất kỳ loại salsa nào còn lại được phục vụ ở bên cạnh.

34. Seitan với gia vị táo xanh

Làm cho 4 phần ăn

- 2 quả táo Granny Smith, thái nhỏ
- $1/2$ chén hành tím thái nhỏ
- $1/2$ ớt jalapeño, bỏ hạt và băm nhỏ
- $1\ 1/2$ thìa cà phê gừng tươi nạo
- 2 muỗng canh nước cốt chanh tươi
- 2 muỗng cà phê mật hoa agave
- Muối và hạt tiêu đen mới xay
- 2 muỗng canh dầu ô liu
- 1 pound seitan, tự làm hoặc mua ở cửa hàng, cắt thành lát $1/2$ inch

Trong một bát vừa, kết hợp táo, hành tây, ớt, gừng, nước cốt chanh, mật hoa cây thùa, muối và hạt tiêu cho vừa ăn. Để qua một bên.

Đun nóng dầu trong chảo trên lửa vừa. Thêm mì căn và nấu cho đến khi chín vàng cả hai mặt, lật một lần, khoảng 4 phút mỗi mặt. Nêm muối và hạt tiêu cho vừa ăn. Thêm nước ép táo và nấu trong một phút cho đến khi cạn bớt. Phục vụ ngay với gia vị táo.

35. Seitan và bông cải xanh-Shiitake xào

Làm cho 4 phần ăn

- 2 muỗng canh dầu canola hoặc dầu hạt nho
- 10 ounce seitan, tự làm hoặc mua ở cửa hàng, cắt thành lát $1/4$ inch
- 3 tép tỏi, băm nhỏ
- 2 muỗng cà phê gừng tươi nạo
- hành lá, băm nhỏ
- 1 bó bông cải xanh vừa, cắt thành những bông hoa 1 inch
- 3 muỗng canh nước tương
- 2 muỗng canh sherry khô
- 1 muỗng cà phê dầu mè nướng
- 1 muỗng canh hạt mè nướng

Trong một cái chảo lớn, đun nóng 1 muỗng canh dầu trên lửa vừa và cao. Thêm seitan và nấu, thỉnh thoảng khuấy cho đến khi có màu nâu nhạt, khoảng 3 phút. Chuyển seitan vào một cái bát và đặt sang một bên.

Trong cùng một chảo, đun nóng 1 muỗng canh dầu còn lại trên lửa vừa và cao. Thêm nấm và nấu, khuấy thường xuyên, cho đến khi có màu nâu, khoảng 3 phút. Cho tỏi, gừng và hành lá vào xào thêm 30 giây nữa. Thêm hỗn hợp nấm vào seitan nấu chín và đặt sang một bên.

Thêm bông cải xanh và nước vào cùng một chảo. Đậy nắp và nấu cho đến khi bông cải xanh bắt đầu chuyển sang màu xanh tươi, khoảng 3 phút. Đậy nắp và nấu, khuấy thường xuyên, cho đến khi chất lỏng bay hơi và bông cải xanh mềm giòn, lâu hơn khoảng 3 phút.

Cho hỗn hợp seitan và nấm trở lại chảo. Thêm nước tương và sherry và xào cho đến khi seitan và rau nóng, khoảng 3 phút. Rắc dầu mè và hạt mè lên trên và dùng ngay.

36. Tờ rơi Seitan với đào

Làm cho 4 phần ăn

- ¹/₃ chén giấm balsamic
- 2 muỗng canh rượu vang đỏ khô
- 2 muỗng canh đường nâu nhạt
- ¹/₄ chén húng quế tươi xắt nhỏ
- ¹/₄ chén kinh giới tươi xắt nhỏ
- 2 muỗng canh tỏi băm
- 2 muỗng canh dầu ô liu
- 1 pound seitan, tự làm hoặc mua ở cửa hàng, cắt thành miếng 1 inch
- hẹ, giảm một nửa theo chiều dọc và chần
- Muối và hạt tiêu đen mới xay
- 2 quả đào chín, độ sức và cắt thành khối 1 inch

giấm, rượu và đường trong một cái chảo nhỏ và đun sôi. Giảm nhiệt xuống mức trung bình và đun nhỏ lửa, khuấy đều cho đến khi giấm một nửa, khoảng 15 phút. Loại bỏ nhiệt.

Trong một bát lớn, kết hợp húng quế, kinh giới, tỏi và dầu ô liu. Thêm seitan, hẹ và đào, và quăng lên áo khoác. Nêm muối và hạt tiêu cho vừa ăn

Làm nóng lò nướng trước. *Xiên seitan, hẹ và đào lên xiên và phết hỗn hợp balsamic.

Đặt các vỉ nướng lên vỉ nướng và nấu cho đến khi seitan và đào chín, mỗi mặt khoảng 3 phút. Chải với hỗn hợp balsamic còn lại và phục vụ ngay lập tức.

*Thay vì nướng, bạn có thể đặt những chiếc kẹp này dưới vỉ nướng. Nướng cách nhiệt từ 4 đến 5 inch cho đến khi nóng và có màu nâu nhạt xung quanh các cạnh, khoảng 10 phút, lật nửa chừng một lần.

37. Seitan nướng và Kabobs rau

Làm cho 4 phần ăn

- ¹/₃ chén giấm balsamic
- 2 muỗng canh dầu ô liu
- 1 muỗng canh oregano tươi băm nhỏ hoặc 1 muỗng cà phê khô
- 2 tép tỏi, băm nhỏ
- ¹/₂ muỗng cà phê muối
- ¹/₄ muỗng cà phê tiêu đen mới xay
- 1 pound seitan, tự làm hoặc mua ở cửa hàng, cắt thành khối 1 inch
- 7 ounce nấm nhỏ màu trắng, rửa nhẹ và vỗ khô
- 2 zucchini nhỏ, cắt thành khối 1 inch
- 1 quả ớt chuông vàng vừa, cắt thành hình vuông 1 inch
- cà chua bi chín

Trong một bát vừa, kết hợp giấm, dầu, oregano, húng tây, tỏi, muối và hạt tiêu đen. Thêm seitan, nấm, bí xanh, ớt chuông và cà chua, chuyển sang áo khoác. Ướp ở nhiệt độ phòng trong 30 phút, thỉnh thoảng trở mặt. Xả seitan và rau, đặt nước xốt.

Làm nóng lò nướng trước. *Xiên mì căn, nấm và cà chua lên xiên.

Đặt các xiên lên vỉ nướng đang nóng và nấu, quay kabobs một lần giữa chừng khi nướng, tổng thời gian khoảng 10 phút. Mưa phùn với một lượng nhỏ nước xốt dành riêng và phục vụ ngay lập tức.

*Thay vì nướng, bạn có thể đặt những xiên này dưới vỉ nướng. Nướng cách nhiệt từ 4 đến 5 inch cho đến khi nóng và có màu nâu nhạt xung quanh các cạnh, khoảng 10 phút, lật một lần giữa chừng khi nướng.

38. Seitan En Croute

Làm cho 4 phần ăn

- 1 muỗng canh dầu ô liu
- 2 củ hẹ vừa, băm nhỏ
- ounces nấm trắng, băm nhỏ
- $1/4$ cốc Madeira
- 1 muỗng canh mùi tây tươi băm nhỏ
- $1/2$ muỗng cà phê cỏ xạ hương khô
- $1/2$ muỗng cà phê mặn khô
- 2 chén bánh mì khô thái nhỏ
- Muối và hạt tiêu đen mới xay
- 1 tấm bánh phồng đông lạnh, rã đông
- ($1/4$-inch-dày) lát seitan khoảng 3 X 4 inch hình bầu dục hoặc hình chữ nhật, vỗ khô

Trong một cái chảo lớn, đun nóng dầu trên lửa vừa. Thêm hẹ và nấu cho đến khi mềm, khoảng 3 phút. Thêm nấm và nấu, thỉnh thoảng khuấy, cho đến khi nấm mềm, khoảng 5 phút. Thêm Madiera, rau mùi tây, húng tây và mặn và nấu cho đến khi chất lỏng gần như bốc hơi. Khuấy khối bánh mì và nêm muối và hạt tiêu cho vừa ăn. Đặt sang một bên để làm mát.

Đặt tấm bánh phồng lên một miếng màng nhựa lớn trên một bề mặt phẳng. Phủ một miếng màng bọc thực phẩm khác lên trên và dùng cây cán bột lăn nhẹ bánh ra cho phẳng. Cắt bánh ngọt thành các phần tư. Đặt 1 lát mì căn vào giữa mỗi miếng bánh ngọt. Chia phần nhồi cho chúng, trải đều để phủ lên mì căn. Trên cùng với những lát seitan còn lại. Gấp bánh ngọt lại để bọc nhân, dùng ngón tay gấp các mép lại cho kín. Đặt các gói bánh ngọt, mặt có đường may úp xuống, trên khay nướng lớn không phết dầu mỡ và để trong tủ lạnh trong 30 phút. Làm nóng lò ở 400°F. Nướng cho đến khi lớp vỏ có màu vàng nâu, khoảng 20 phút. Phục vụ ngay lập tức.

39. Seitan và Torta khoai tây

Làm cho 6 phần ăn

- 2 muỗng canh dầu ô liu
- 1 củ hành vàng vừa, băm nhỏ
- 4 chén rau bina tươi xắt nhỏ hoặc củ cải
- 8 ounces seitan, tự làm hoặc mua ở cửa hàng, thái nhỏ
- 1 muỗng cà phê kinh giới tươi băm nhỏ
- $1/2$ muỗng cà phê hạt thì là
- $1/4$ đến $1/2$ muỗng cà phê ớt đỏ nghiền
- Muối và hạt tiêu đen mới xay
- 2 pound khoai tây Yukon Gold, gọt vỏ và cắt thành lát $1/4$ inch
- $1/2$ cốc Parmesan thuần chay hoặc Parmasio

Làm nóng lò ở 400 ° F. Đổ nhẹ dầu vào chảo nướng 3 lít hoặc chảo nướng 9 x 13 inch và đặt sang một bên.

Trong một cái chảo lớn, đun nóng 1 muỗng canh dầu trên lửa vừa. Thêm hành tây, đậy nắp và nấu cho đến khi mềm, khoảng 7 phút. Thêm rau bina và nấu, không đậy nắp, cho đến khi héo, khoảng 3 phút. Khuấy seitan, kinh giới, hạt thì là và ớt đỏ nghiền nát và nấu cho đến khi kết hợp tốt. Nêm muối và hạt tiêu cho vừa ăn. Để qua một bên.

Trải các lát cà chua ở đáy chảo đã chuẩn bị. Trên cùng với một lớp lát khoai tây hơi chồng lên nhau. Phết lớp khoai tây với một ít 1 muỗng canh dầu còn lại và nêm muối và hạt tiêu cho vừa ăn. Trải khoảng một nửa hỗn hợp seitan và rau bina lên khoai tây. Trên cùng với một lớp khoai tây khác, tiếp theo là hỗn hợp seitan và rau bina còn lại. Phủ một lớp khoai tây cuối cùng lên trên cùng, rưới phần dầu còn lại và muối tiêu cho vừa ăn. Rắc Parmesan. Đậy nắp và nướng cho đến khi khoai tây mềm, 45 phút đến 1 giờ. Mở nắp và tiếp tục nướng để làm nâu mặt trên, từ 10 đến 15 phút. Phục vụ ngay lập tức.

40. Bánh quê mộc mạc

Làm từ 4 đến 6 phần ăn

- Khoai tây vàng Yukon, gọt vỏ và cắt thành viên xúc xắc 1 inch
- 2 muỗng canh bơ thực vật thuần chay
- $1/4$ cốc sữa đậu nành không đường
- Muối và hạt tiêu đen mới xay
- 1 muỗng canh dầu ô liu

- 1 củ hành vàng vừa, thái nhỏ
- 1 củ cà rốt vừa, thái nhỏ
- 1 xương sườn cần tây, thái nhỏ
- ounce seitan, tự làm hoặc mua ở cửa hàng, thái nhỏ
- 1 chén đậu Hà Lan đông lạnh
- 1 chén hạt ngô đông lạnh
- 1 muỗng cà phê mặn khô
- $^1/_2$ muỗng cà phê cỏ xạ hương khô

Trong một nồi nước muối sôi, nấu khoai tây cho đến khi mềm, từ 15 đến 20 phút. Để ráo nước và trở lại nồi. Thêm bơ thực vật, sữa đậu nành, muối và hạt tiêu cho vừa ăn. Nghiền thô bằng máy nghiền khoai tây và đặt sang một bên. Làm nóng lò ở 350°F.

Trong một cái chảo lớn, đun nóng dầu trên lửa vừa. Thêm hành tây, cà rốt và cần tây. Đậy nắp và nấu cho đến khi mềm, khoảng 10 phút. Chuyển rau vào chảo nướng 9 x 13 inch. Khuấy seitan, sốt nấm, đậu Hà Lan, ngô, mặn và cỏ xạ hương. Nêm muối và tiêu cho vừa ăn rồi phết đều hỗn hợp vào khay nướng.

Cho khoai tây nghiền lên trên, trải ra các cạnh của chảo nướng. Nướng cho đến khi khoai tây chín vàng và nhân sủi bọt, khoảng 45 phút. Phục vụ ngay lập tức.

41. Seitan với rau bina và cà chua

Làm cho 4 phần ăn

- 2 muỗng canh dầu ô liu
- 1 pound seitan, tự làm hoặc mua ở cửa hàng, cắt thành dải $1/4$ inch
- Muối và hạt tiêu đen mới xay
- 3 tép tỏi, băm nhỏ
- 4 chén rau bina tươi
- cà chua khô ngâm dầu, cắt thành dải $1/4$ inch
- $1/2$ chén ô liu Kalamata rỗ, giảm một nửa
- 1 muỗng canh nụ bạch hoa
- $1/4$ muỗng cà phê ớt đỏ nghiền

Trong một cái chảo lớn, đun nóng dầu trên lửa vừa. Thêm mì căn, nêm muối và hạt tiêu đen cho vừa ăn, nấu cho đến khi chín vàng, khoảng 5 phút mỗi mặt.

Thêm tỏi và nấu trong 1 phút để làm mềm. Thêm rau bina và nấu cho đến khi héo, khoảng 3 phút. Khuấy cà chua, ô liu, nụ bạch hoa và ớt đỏ nghiền nát. Nêm muối và hạt tiêu đen cho vừa ăn. Nấu, khuấy, cho đến khi hương vị hòa quyện, khoảng 5 phút

Phục vụ ngay lập tức.

42. Seitan và khoai tây vỏ sò

Làm cho 4 phần ăn

- 2 muỗng canh dầu ô liu
- 1 củ hành vàng nhỏ, băm nhỏ
- $1/4$ chén ớt chuông xanh băm nhỏ
- khoai tây vàng Yukon lớn, gọt vỏ và cắt thành lát $1/4$ inch
- $1/2$ muỗng cà phê muối
- $1/4$ muỗng cà phê tiêu đen mới xay
- 10 ounce seitan, tự làm hoặc mua ở cửa hàng, cắt nhỏ
- $1/2$ cốc sữa đậu nành không đường
- 1 muỗng canh bơ thực vật thuần chay
- 2 muỗng canh mùi tây tươi băm nhỏ, để trang trí

Làm nóng lò ở 350 ° F. Thoa dầu nhẹ vào chảo nướng hình vuông 10 inch và đặt sang một bên.

Trong chảo, đun nóng dầu trên lửa vừa. Thêm hành tây và ớt chuông và nấu cho đến khi mềm, khoảng 7 phút. Để qua một bên.

Trong chảo nướng đã chuẩn bị, xếp một nửa số khoai tây và rắc muối và hạt tiêu đen cho vừa ăn. Rắc hỗn hợp hành tây và ớt chuông và mì căn xắt nhỏ lên trên khoai tây. Rắc những lát khoai tây còn lại lên trên và nêm muối và hạt tiêu đen cho vừa ăn.

Trong một bát vừa, kết hợp nước sốt nâu và sữa đậu nành cho đến khi trộn đều. Đổ khoai tây. Chấm lớp trên cùng bằng bơ thực vật và đậy kín bằng giấy bạc. Nướng trong 1 giờ. Lấy giấy bạc ra và nướng thêm 20 phút hoặc cho đến khi mặt trên có màu vàng nâu. Phục vụ ngay lập tức rắc rau mùi tây.

43. mì xào hàn quốc

Làm cho 4 phần ăn

- 8 ounce dang myun hoặc mì sợi đậu
- 2 muỗng canh dầu mè nướng
- 1 muỗng canh đường
- $1/4$ muỗng cà phê muối
- $1/4$ muỗng cà phê cayenne xay
- 2 muỗng canh dầu canola hoặc dầu hạt nho
- 8 ounce seitan, tự làm hoặc mua ở cửa hàng, cắt thành dải $1/4$ inch
- 1 củ hành vừa, giảm một nửa theo chiều dọc và thái lát mỏng
- 1 củ cà rốt vừa, cắt thành que diêm mỏng
- 6 ounces nấm shiitake tươi, bỏ cuống và thái lát mỏng
- 3 chén bok choy thái nhỏ hoặc bắp cải châu Á khác
- 3 củ hành xanh, xắt nhỏ

- 3 tép tỏi, băm nhuyễn
- 1 chén giá đỗ
- 2 muỗng canh hạt vừng, để trang trí

Ngâm mì trong nước nóng trong 15 phút. Để ráo nước và rửa sạch dưới vòi nước lạnh. Để qua một bên.

Trong một cái bát nhỏ, kết hợp nước tương, dầu mè, đường, muối và cayenne và đặt sang một bên.

Trong một cái chảo lớn, đun nóng 1 muỗng canh dầu trên lửa vừa và cao. Thêm seitan và xào cho đến khi có màu nâu, khoảng 2 phút. Lấy ra khỏi chảo và đặt sang một bên.

Thêm 1 muỗng canh dầu hạt cải còn lại vào cùng một chảo và đun nóng trên lửa vừa và cao. Thêm hành tây và cà rốt và xào cho đến khi mềm, khoảng 3 phút. Thêm nấm, cải ngọt, hành lá và tỏi vào xào cho đến khi mềm, khoảng 3 phút.

Thêm giá đỗ và xào trong 30 giây, sau đó thêm mì đã nấu chín, mì căn đã chín vàng và hỗn hợp nước tương vào và đảo đều. Tiếp tục nấu, thỉnh thoảng khuấy, cho đến khi các thành phần nóng và kết hợp tốt, từ 3 đến 5 phút. Chuyển sang một món ăn lớn, rắc hạt vừng và phục vụ ngay lập tức.

44. Jerk-Gia vị đậu đỏ ớt

Làm cho 4 phần ăn

- 1 muỗng canh dầu ô liu
- 1 củ hành vừa, xắt nhỏ
- 10 ounce seitan, tự làm hoặc mua ở cửa hàng, cắt nhỏ
- 3 cốc nấu chín hoặc 2 lon (15,5 ounce) đậu đỏ sẫm, để ráo nước và rửa sạch
- (14,5-ounce) lon cà chua nghiền
- (14,5-ounce) lon cà chua thái hạt lựu, để ráo nước
- (4 ounce) có thể ớt xanh cay hoặc nhẹ xắt nhỏ, để ráo nước
- $^1/_{chén}$ nước sốt thịt nướng, tự làm hoặc mua ở cửa hàng
- 1 ly nước
- 1 muỗng canh nước tương
- 1 thìa ớt bột

- 1 muỗng cà phê thì là
- 1 muỗng cà phê tiêu xay
- 1 muỗng cà phê đường
- $^1/_2$ muỗng cà phê oregano xay
- $^1/_4$ muỗng cà phê cayenne xay
- $^1/_2$ muỗng cà phê muối
- $^1/_4$ muỗng cà phê tiêu đen mới xay

Trong một cái nồi lớn, đun nóng dầu trên lửa vừa. Thêm hành tây và mì căn. Đậy nắp và nấu cho đến khi hành mềm, khoảng 10 phút.

Khuấy đậu thận, cà chua nghiền, cà chua thái hạt lựu và ớt. Khuấy nước sốt thịt nướng, nước, nước tương, bột ớt, thì là, hạt tiêu, đường, lá oregano, ớt cayenne, muối và hạt tiêu đen.

Đun sôi, sau đó giảm lửa vừa và đun nhỏ lửa, đậy nắp, cho đến khi rau mềm, khoảng 45 phút. Khám phá và đun nhỏ lửa khoảng 10 phút nữa. Phục vụ ngay lập tức.

45. món hầm hỗn hợp mùa thu

Làm từ 4 đến 6 phần ăn

- 2 muỗng canh dầu ô liu
- 10 ounce seitan, tự làm hoặc mua ở cửa hàng, cắt thành khối 1 inch
- Muối và hạt tiêu đen mới xay
- 1 củ hành vàng lớn, xắt nhỏ
- 2 tép tỏi, băm nhỏ
- 1 củ khoai tây lớn, gọt vỏ và cắt thành viên xúc xắc $1/2$ inch
- 1 củ cải vàng vừa, cắt thành $1/4$ xúc xắc inch
- 1 quả bí đao nhỏ, gọt vỏ, cắt đôi, bỏ hạt và cắt thành viên xúc xắc $1/2$ inch
- 1 bắp cải savoy đầu nhỏ, xắt nhỏ
- 1 (14,5-ounce) lon cà chua thái hạt lựu, để ráo nước
- $1 1/2$ cốc nấu chín hoặc 1 hộp (15,5 ounce) đậu xanh, để ráo nước và rửa sạch

- 2 cốc nước luộc rau, tự làm (xem Nước luộc rau nhạt) hoặc mua ở cửa hàng, hoặc nước
- $1/2$ thìa cà phê kinh giới khô
- $1/2$ muỗng cà phê cỏ xạ hương khô
- $1/2$ chén mì ống tóc thiên thần vụn

Trong một cái chảo lớn, đun nóng 1 muỗng canh dầu trên lửa vừa và cao. Thêm seitan và nấu cho đến khi vàng đều các mặt, khoảng 5 phút. Nêm muối và hạt tiêu cho vừa ăn rồi để sang một bên.

Trong một cái chảo lớn, đun nóng 1 muỗng canh dầu còn lại trên lửa vừa. Thêm hành tây và tỏi. Đậy nắp và nấu cho đến khi mềm, khoảng 5 phút. Thêm khoai tây, cà rốt, rau mùi tây và bí. Đậy nắp và nấu cho đến khi mềm, khoảng 10 phút.

Khuấy bắp cải, cà chua, đậu xanh, nước dùng, rượu, kinh giới, cỏ xạ hương, muối và hạt tiêu cho vừa ăn. Đun sôi, sau đó giảm nhiệt xuống thấp. Đậy nắp và nấu, thỉnh thoảng khuấy, cho đến khi rau mềm, khoảng 45 phút. Thêm seitan nấu chín và mì ống và đun nhỏ lửa cho đến khi mì ống mềm và các hương vị hòa quyện, lâu hơn khoảng 10 phút. Phục vụ ngay lập tức.

46. Cơm Ý với Seitan

Làm cho 4 phần ăn

- 2 cốc nước
- 1 chén gạo nâu hoặc trắng hạt dài
- 2 muỗng canh dầu ô liu
- 1 củ hành vàng vừa, xắt nhỏ
- 2 tép tỏi, băm nhỏ
- 10 ounce seitan, tự làm hoặc mua ở cửa hàng, cắt nhỏ
- 4 lạng nấm trắng, xắt nhỏ
- 1 muỗng cà phê húng quế khô
- $1/2$ muỗng cà phê hạt thì là
- $1/4$ muỗng cà phê ớt đỏ nghiền
- Muối và hạt tiêu đen mới xay

Trong một cái chảo lớn, đun sôi nước ở nhiệt độ cao. Thêm gạo, giảm nhiệt xuống thấp, đậy nắp và nấu cho đến khi mềm, khoảng 30 phút.

Trong một cái chảo lớn, đun nóng dầu trên lửa vừa. Thêm hành tây, đậy nắp và nấu cho đến khi mềm, khoảng 5 phút. Thêm seitan và nấu không đậy nắp cho đến khi chín vàng. Khuấy nấm và nấu cho đến khi mềm, lâu hơn khoảng 5 phút. Khuấy húng quế, thì là, ớt đỏ nghiền, muối và hạt tiêu đen cho vừa ăn.

Chuyển cơm đã nấu chín sang tô lớn. Khuấy hỗn hợp seitan và trộn kỹ. Thêm một lượng lớn hạt tiêu đen và phục vụ ngay lập tức.

47. Băm hai củ khoai tây

Làm cho 4 phần ăn

- 2 muỗng canh dầu ô liu
- 1 củ hành đỏ vừa, xắt nhỏ
- 1 quả ớt chuông đỏ hoặc vàng vừa, xắt nhỏ
- 1 củ khoai tây nâu vừa nấu chín, gọt vỏ và cắt thành viên xúc xắc 1/2-inch
- 1 củ khoai lang vừa nấu chín, gọt vỏ và cắt thành viên xúc xắc 1/2-inch
- 2 chén seitan cắt nhỏ, tự làm
- Muối và hạt tiêu đen mới xay

48. Trong chảo lớn, đun nóng dầu trên lửa vừa. Thêm hành tây và ớt chuông. Đậy nắp và nấu cho đến khi mềm, khoảng 7 phút.

49. Thêm khoai tây trắng, khoai lang và seitan và nêm muối và hạt tiêu cho vừa ăn. Nấu, không đậy nắp, cho đến

khi có màu nâu nhạt, khuấy thường xuyên, khoảng 10 phút. Phục vụ nóng.

48. Kem chua Seitan Enchiladas

PHỤC VỤ 8
THÀNH PHẦN

thịt trắng

- 1 chén bột gluten lúa mì quan trọng
- 1/4 chén bột đậu xanh
- 1/4 chén men dinh dưỡng
- 1 muỗng cà phê bột hành
- 1/2 muỗng cà phê bột tỏi
- 1 1/2 muỗng cà phê bột rau câu
- 1/2 cốc nước
- 2 muỗng canh nước cốt chanh tươi
- 2 muỗng canh nước tương
- 2 chén nước luộc rau

sốt kem chua

- 2 muỗng canh bơ thực vật thuần chay

- 2 muỗng canh bột mì
- 1 1/2 chén nước luộc rau
- 2 (8 oz) hộp kem chua thuần chay
- 1 chén salsa verde (tomatillo salsa)
- 1/2 thìa cà phê muối
- 1/2 muỗng cà phê tiêu trắng xay
- 1/4 chén rau mùi xắt nhỏ

Enchiladas
- 2 muỗng canh dầu ô liu
- 1/2 củ hành vừa, thái hạt lựu
- 2 tép tỏi, băm nhỏ
- 2 ớt serrano, băm nhỏ (xem mẹo)
- 1/4 chén bột cà chua
- 1/4 cốc nước
- 1 thìa thì là
- 2 thìa ớt bột
- 1 muỗng cà phê muối
- 15-20 bánh ngô
- 1 (8 oz) gói Daiya Cheddar Style Shreds
- 1/2 chén rau mùi xắt nhỏ

PHƯƠNG PHÁP

a) Chuẩn bị mì căn. Làm nóng lò ở nhiệt độ 325 độ F. Tra dầu nhẹ vào đĩa soong có nắp đậy bằng bình xịt chống dính. Kết hợp các loại bột, men dinh dưỡng, gia vị và bột rau trong một bát lớn. Trộn nước, nước cốt chanh và nước tương trong một bát nhỏ. Thêm nguyên liệu ướt vào nguyên liệu khô và khuấy cho đến khi tạo thành bột nhão. Điều chỉnh lượng nước hoặc lượng gluten nếu cần (xem mẹo). Nhào bột trong 5 phút, sau đó tạo thành một ổ bánh mì. Đặt seitan vào đĩa hầm và đậy bằng 2 chén nước luộc rau. Đậy nắp và nấu trong 40 phút. Lật ổ bánh, sau đó đậy nắp và nấu thêm 40 phút nữa. Lấy mì căn ra khỏi đĩa và để yên cho đến khi đủ nguội để cầm.

b) Cắm một cái nĩa vào đầu ổ bánh mì seitan và giữ cố định bằng một tay. Sử dụng một cái nĩa thứ hai để cắt ổ bánh mì thành những miếng nhỏ và vụn.

c) Chuẩn bị sốt kem chua. Đun chảy bơ thực vật trong nồi lớn trên lửa vừa. Khuấy bột bằng máy đánh trứng và nấu trong 1 phút. Từ từ đổ nước luộc rau vào trong khi đánh liên tục cho đến khi mịn. Nấu trong 5 phút, tiếp tục khuấy, cho đến khi nước sốt đặc lại. Đánh bông kem chua và salsa verde, sau đó cho các nguyên liệu sốt còn lại vào khuấy đều. Không để sôi, nhưng nấu cho đến khi nóng qua. Loại bỏ nhiệt và đặt sang một bên.

d) Chuẩn bị enchiladas. Đun nóng dầu ô liu trong chảo lớn trên lửa vừa. Thêm hành tây và nấu 5 phút hoặc cho đến khi mờ. Thêm tỏi và ớt Serrano và nấu thêm 1 phút nữa. Khuấy seitan cắt nhỏ, bột cà chua, thì là, bột ớt và muối. Nấu 2 phút, sau đó loại bỏ nhiệt.

e) Làm nóng lò ở nhiệt độ 350 độ F. Làm nóng bánh ngô trên chảo hoặc trong lò vi sóng và phủ khăn bếp lên trên. Phết 1 cốc nước sốt kem chua dọc theo đáy đĩa nướng 5 lít. Đặt một ít 1/4 cốc hỗn hợp seitan cắt nhỏ và 1 thìa canh Daiya lên bánh tortilla. Cuộn lại và đặt vào đĩa nướng có đường may hướng xuống dưới. Lặp lại với bánh ngô còn lại. Phủ phần sốt kem chua còn lại lên enchiladas, sau đó rắc Daiya lên.

f) Nướng enchiladas trong 25 phút hoặc cho đến khi sủi bọt và có màu nâu nhạt. Để nguội trong 10 phút. Rắc 1/2 chén rau mùi xắt nhỏ và phục vụ.

49. Cơm seitan nhồi thuần chay

Thành phần

Đối với mì căn:
- 4 tép tỏi lớn
- 350 ml nước luộc rau lạnh
- 2 muỗng canh dầu hướng dương
- 1 muỗng cà phê Marmite tùy chọn
- 280 g gluten lúa mì quan trọng

- 3 muỗng canh men dinh dưỡng
- 2 muỗng cà phê ớt bột ngọt
- 2 muỗng cà phê bột rau câu
- 1 muỗng cà phê kim hương thảo tươi
- ½ muỗng cà phê tiêu đen

Thêm:
- 500 g Bắp cải đỏ thuần chay và nấm nhồi
- 300 g bí ngô cay
- Số liệu – Thông lệ Hoa Kỳ

Hướng dẫn

a) Làm nóng lò nướng của bạn ở nhiệt độ 180°C (350°F/nhãn khí 4).
b) Trong một bát trộn lớn, trộn đều gluten lúa mì quan trọng, men dinh dưỡng, bột canh, ớt bột, lá hương thảo và hạt tiêu đen.
c) Sử dụng máy xay sinh tố (để bàn hoặc ngâm), trộn tỏi, nước dùng, dầu và Marmite với nhau, sau đó thêm vào các nguyên liệu khô.
d) Trộn đều cho đến khi mọi thứ được kết hợp, sau đó nhào trong năm phút. (lưu ý 1)
e) Trên một miếng giấy da nướng silicon lớn, cuộn mì căn thành hình chữ nhật cho đến khi dày khoảng 1,5 cm (½ inch).
f) Trải rộng rãi với hỗn hợp bí ngô, sau đó thêm một lớp bắp cải và nấm nhồi.
g) Sử dụng giấy nướng và bắt đầu từ một trong các đầu ngắn, cẩn thận cuộn mì căn thành hình khúc gỗ. Cố gắng không kéo căng seitan khi bạn làm điều này. Nhấn các đầu của seitan lại với nhau để bịt kín.

h) Bọc chặt khúc gỗ trong giấy nhôm. Nếu giấy bạc của bạn mỏng, hãy sử dụng hai hoặc ba lớp.

i) (Tôi gói của mình lại như một cái kẹo bơ cứng khổng lồ – và vặn chặt hai đầu của tờ giấy bạc để nó không bị bung ra!)

j) Đặt seitan trực tiếp lên giá ở giữa lò và nấu trong hai giờ, lật mặt sau mỗi 30 phút để đảm bảo chín đều và chín vàng.

k) Sau khi nấu chín, để thịt nướng seitan nhồi trong gói trong 20 phút trước khi cắt.

l) Phục vụ với rau nướng truyền thống, nước sốt nấm làm sẵn và bất kỳ món ăn nào khác mà bạn thích.

50. Bánh mì Seitan Cuba

Thành phần

- Mojo rang seitan:
- 3/4 cốc nước cam tươi
- 3 muỗng canh nước cốt chanh tươi
- 3 muỗng canh dầu ô liu
- 4 tép tỏi, băm nhỏ
- 1 muỗng cà phê oregano khô
- 1/2 muỗng cà phê thì là
- 1/2 thìa cà phê muối
- 1/2 pound seitan, thái thành lát dày 1/4 inch

Để lắp ráp:

- 4 cuộn bánh mì tàu ngầm thuần chay (dài 6 đến 8 inch), hoặc 1 ổ bánh mì Ý thuần chay mềm, được cắt theo chiều ngang thành 4 miếng
- Bơ thuần chay, ở nhiệt độ phòng, hoặc dầu ô liu
- Mù tạt vàng

- 1 chén lát bánh mì và bơ ngâm 8 lát giăm bông thuần chay mua ở cửa hàng
- 8 lát phô mai thuần chay có vị nhẹ (ưu tiên vị phô mai Mỹ hoặc phô mai vàng)

Hướng

a) Chuẩn bị mì căn: Làm nóng lò nướng ở nhiệt độ 375°F. Đánh đều tất cả các thành phần mojo trừ mì căn trong chảo nướng 7 x 11 inch bằng sứ hoặc thủy tinh. Thêm các dải seitan và trộn đều với nước xốt. Nướng trong 10 phút, sau đó lật các lát lại một lần, cho đến khi các cạnh có màu nâu nhạt và vẫn còn một ít nước xốt ngon ngọt (đừng nướng quá kỹ!). Lấy ra khỏi lò và đặt sang một bên để nguội.

b) Tập hợp bánh mì: Cắt đôi từng cuộn hoặc miếng bánh mì theo chiều ngang và phết bơ hoặc phết dầu ô liu lên cả hai nửa. Ở nửa dưới của mỗi cuộn, trải một lớp mù tạt dày, một vài lát dưa chua, hai lát giăm bông và một phần tư lát mì căn, và trên cùng là hai lát pho mát.

c) Chấm một ít nước xốt còn lại lên mặt cắt của nửa còn lại của cuộn, sau đó đặt lên trên nửa dưới của bánh sandwich. Chải mặt ngoài của bánh mì với một ít dầu ô liu hoặc phết bơ.

d) Làm nóng trước chảo gang 10 đến 12 inch trên lửa vừa. Nhẹ nhàng chuyển hai chiếc bánh mì sandwich vào chảo, sau đó phủ một vật gì đó nặng và chịu nhiệt lên trên, chẳng hạn như một chiếc chảo gang khác hoặc một viên gạch được phủ nhiều lớp giấy nhôm chịu lực. Nướng bánh mì trong 3 đến 4 phút, quan sát cẩn thận để bánh mì không bị cháy; nếu cần, hãy giảm nhiệt một chút khi bánh sandwich chín.

e) Khi bánh mì có vẻ đã chín, lấy khuôn/gạch ra và dùng thìa bản rộng lật từng miếng bánh mì một cách cẩn thận. Nhấn một lần nữa với trọng lượng và nấu thêm khoảng 3 phút nữa, cho đến khi phô mai nóng và tan chảy.

f) Lấy quả cân ra, chuyển từng chiếc bánh sandwich lên thớt và cắt theo đường chéo bằng dao có răng cưa. phục vụ ho

PHẦN KẾT LUẬN

Tempeh mang đến hương vị hạt dẻ đậm đà hơn, đậm đặc hơn và giàu chất xơ cũng như protein hơn. Seitan lén lút hơn tempeh vì nó thường có thể được coi là thịt do hương vị thơm ngon của nó. Như một phần thưởng, nó cũng có hàm lượng protein cao hơn và ít carbohydrate hơn.

Seitan là loại protein có nguồn gốc từ thực vật ít nhất cần ít chất chuẩn bị nhất. Bạn thường có thể thay thế mì căn bằng thịt trong các công thức nấu ăn theo tỷ lệ thay thế 1:1 và không giống như thịt, bạn không cần phải hâm nóng trước khi ăn. Một trong những cách tốt nhất để sử dụng nó là làm vụn trong nước sốt mì ống.

Khi nói đến tempeh, điều quan trọng là phải ướp kỹ. Các lựa chọn nước xốt có thể bao gồm nước tương, nước cốt chanh hoặc chanh, nước cốt dừa, bơ đậu phộng, xi-rô cây thích, gừng hoặc gia vị. Nếu không có nhiều thời gian để ướp tempeh, bạn có thể hấp với nước để làm mềm và xốp hơn.

www.ingramcontent.com/pod-product-compliance
Lightning Source LLC
Chambersburg PA
CBHW070354120526
44590CB00014B/1132